கலைஞரின் சினிமா

ஜெகாதா

சத்யா

Title
Kalaignarin Cinema
Jakatha

ISBN: 978-93-6666-268-8
Title Code : Sathyaa - 109

நூல் தலைப்பு
கலைஞரின் சினிமா

நூல் ஆசிரியர்
ஜெகாதா

முதற்பதிப்பு
ஆகஸ்ட் 2024

விலை : ₹ 75

பக்கம் : 52

Printed in India
Published by
Sathyaa Enterprises
No.134, First Floor,
Choolaimedu high road, Choolaimedu,
Chennai - 600 094.
044 - 4507 4203
Email
sathyaabooks@gmail.com

திரை உலகில் கோலோச்சிய கலைஞர் !

அரசியலில் அரை நூற்றாண்டு காலம் தனித்த அடையாளத்தைத் தக்க வைத்தவராக இருந்த கருணாநிதி தஞ்சை, திருவாரூர், நாகப்பட்டினம் பகுதிகளில் தெரு நாடகங்களை மேடையேற்றி தான் தனது கலைப் பயணத்தை தொடங்கினார்.

நாடகங்கள் வழியே சமூகத்தில் ஆக்கபூர்வமான மாற்றங்களை ஏற்படுத்த முடியும் என்று உறுதியாக இருந்தவர் கருணாநிதி. அதனால் இளம் வயதிலேயே அப்பணிகளில் தன்னை ஈடுபடுத்திக் கொண்டார்.

பள்ளிப் பருவத்திலேயே அவர் தொடங்கிய தமிழ் மாணவர் மன்றம் வாயிலாகவும், அந்த காலகட்டத்தில் அவர் சார்ந்திருந்த நீதிக்கட்சி யின் மூலமாகவும், பல்வேறு சமூக நாடகங்களை அரங்கேற்றினார்.

கருணாநிதியின் முதல் நாடகமான 'பழனியப்பன்' திருவாரூர் பேபி டாக்கீஸில் 1944ல் அரங்கேற்றப்பட்டது. அது அவருக்கு நற்பெயரை

ஏற்படுத்தியதோடு, 'யார் இந்த கருணாநிதி' என்று அனைவரையும் கேட்க வைத்தது.

நாடகம் மற்றும் திரைத்துறையில் கருணாநிதி கட்டாயம் சாதிப்பார் என்பதை உணர்ந்த பெரியார், அண்ணா போன்றவர்கள் அவரை ஊக்கப்படுத்தினர். ஒரு கட்டத்தில் அவர்களது சம்மதத் தோடு திரைத்துறை எழுத்தாளராக தனது பயணத்தை தொடங்கினார் கருணாநிதி.

வசனகர்த்தா என்ற வாசல், முதல் வாய்ப்பாக 1947 ஆம் ஆண்டு ராஜகுமாரி படத்தில் திறந்தது. அப்படத்தின் நாயகன் எம்.ஜி.ஆர்.

இந்த காலகட்டத்தில் தான் என்.எஸ். கிருஷ்ணன், எம்.ஜி.ஆர்., சிவாஜி கணேசன் உள்ளிட்டவர்களுடன் அவருக்கு நெருக்கம் ஏற்பட்டது.

கிட்டதட்ட 65 ஆண்டுகாலம் சினிமா துறையில் பணியாற்றியிருக் கிறார் கருணாநிதி. தனது கடைசிப் படமாக அவர் பணியாற்றியது பிரசாந்த், பிரபு உள்ளிட்டோர் நடிப்பில் வெளியான 'பொன்னர் சங்கர்' திரைப்படம்.

வசனகர்த்தாவாக பராசக்தி படத்துக்காக அவர் பெற்ற சம்பளம் ரூ.500. அப்படத்தின் கதாநாயகன் சிவாஜி கணேசனின் சம்பளம் அப்போது ரூ.250.

பூம்புகார், மனோகரா, மணமகள், திரும்பிப்பார், மருத நாட்டு இளவரசி, மந்திரிகுமாரி, தேவகி, அபிமன்யு, பணம், நாம், மலைக்கள்ளன், ரங்கோன்ராதா, புதையல், புதுமைப்பித்தன், குறவஞ்சி, எல்லோரும் இந்நாட்டு மன்னர், அரசிளங்குமரி உள்ளிட்ட 69 படங்களில் பணியாற்றியுள்ள கருணாநிதி 26 படங்களைத் தயாரித்துள்ளார்.

1957ல் தி.மு.க. சார்பில் போட்டியிடுவதற்கு முன்பே சினிமாத் துறை கருணாநிதியை பணக்காரராக ஆக்கி விட்டது.

கருணாநிதி வசனத்தில் 1954ல் வெளியான 'மனோகரா' இந்தியில் மொழி மாற்றம் செய்யப்பட்டது. இவரது 6 படங்கள் தெலுங்கில்

வெளியாகியுள்ளது. தனது நாடக திரைத்துறைப் பயணத்தில் 21 நாடகங்களிலும், 69 படங்களிலும் பணியாற்றி இருக்கிறார்.

கருணாநிதி கடைசியாக வசனம் எழுதிய தொலைக்காட்சித் தொடர் 'இராமானுஜர் - மதத்தில் புரட்சி செய்த மகான்'. இந்தத் தொடர் வசனமும் தொலைக்காட்சியில் வரவேற்பை பெற்றது. இந்தப் பணியில் அவர் ஈடுபட்டபோது அவருக்கு 92.

தூக்குமேடை நாடகத்துக்காக எம்.ஆர்.ராதாவால் 'கலைஞர்' என்ற பட்டம் பெற்றார் கருணாநிதி. அது முதல் தலைவர்கள் மட்டு மல்லாமல் தொண்டர்கள் வரை அனைவராலும் 'கலைஞர்' என்று அன்போடு அழைக்கப்பட்டார்.

தன் வாழ்நாளின் கடைசி வரை கலைத் துறையிலும் ஆர்வம் காட்டி உண்மையான கலைஞராகவே திகழ்ந்தார் கருணாநிதி.

தமிழ்த் திரைப்படங்களின் வசனங்களை தளம் மாற்றி அதன் உச்சம் தொட வைத்தவர் அவர். பேச்சு நடையில் ஒரு துள்ளு தமிழை அறிமுகம் செய்து அதில் நவீன திராவிடக் கருத்துகளைச் செறிவாக பதியமிட்டவர்.

காதல் காட்சிகளானாலும், கருத்து மோதல் களமானாலும் கலைஞரின் மொழிநடை ஈடு இணையற்றது.

அரசியல் ஆளுமை என்று வரலாறு ஒருபுறம் இவரைப் பற்றி பல சாதனைகளை எடுத்துரைக்கும் அதே நேரத்தில் இன்று வெகுஜன ஊடகங்களில் மிக சக்தி வாய்ந்த ஊடகமாக உலக மக்களால் ஏற்றுக் கொள்ளப்பட்ட சினிமாவில் கலைஞர் கருணாநிதியின் பங்கு அளப்பரியது ஆகும்.

தீண்டாமை, விதவைகள், மூடநம்பிக்கை கொடுமைகள், சுயமரியாதை திருமணம் என்று பல விசயங்களை தன் எழுத்தில் வைத்து அதனைத் திரைக்காவியமாக மாற்றி மக்களிடையே அழுத்தமான சிந்தனைகளை அவர் பதிய வைத்தார்.

திரைத்துறையில் கதாசிரியராகவும், வசன கர்த்தாவாகவும் பாடலாசிரியராகவும் தன் எழுத்தை ஒவ்வொரு துறையிலும்

பரிணமித்து காலத்தை அழிக்க முடியாத காவியங்களை கொடுத்தவர் கலைஞர்.

தணிக்கை மட்டும் இல்லையென்றால் திரைப்படங்கள் மூலம் திரவிட நாட்டை எளிதாக பெற்று கொடுத்து விடுவேன் என்று அறிஞர் அண்ணா ஒருமுறை கூறியிருந்தார். கலைஞர் கருணாநிதி அதற்கான பாதையை வகுத்துச் சென்றார்.

●

1950 களிலிருந்து 1970கள் வரை தமிழ்த் திரையுலகில் கோலோச்சிய எம்.ஜி.ஆர்., சிவாஜி ஆகிய இருவருக்கும் மிகப்பெரிய வெற்றிப் படங்களை அளித்தவரும் தலைவர் கலைஞர்தான். சிவாஜிக்கு எப்படி பராசக்தி, மனோகரா திருப்புமுனையோ, அதுபோல எம்.ஜி.ஆருக்கு மந்திரிகுமாரி, மலைக்கள்ளன் ஆகியவை திருப்பு முனையாக அமைந்தன.

கலைஞரின் கதை, வசனத்தில் மொத்தம் 9 திரைப்படங்களில் எம்.ஜி.ஆர். நடித்துள்ளார். ஆரம்ப காலங்களில் கலைஞரை, 'ஆண்டவரே' என்றுதான் எம்.ஜி.ஆர். அழைத்து வந்தார்.

கலைஞர் கதை, வசனம் எழுதிய திரைப்படங்களில் பராசக்தி, ராஜகுமாரி, மலைக்கள்ளன் போன்றவை பகுத்தறிவை ஒலிக்கின்ற படங்களாக அமைந்தன.

அபிமன்யு, பூம்புகார், உளியின் ஓசை போன்ற படங்கள் இலக்கியத் தரமிக்கவையாக சிறப்புப் பெற்றன.

பெண்ணுரிமையை போற்றுகின்ற படங்களாக மணமகள், ராஜா ராணி, இருவர் உள்ளம், பாசப்பறவைகள் போன்றவை விளங்கின.

மருதநாட்டு இளவரசி, பணம், நாம், திருப்பிப்பார் போன்ற கலைஞரின் திரைப்படங்கள் சமூக முன்னேற்றம் குறித்து பேசியவை யாகும்.

அரசியல் சரவெடி ஒலிக்கும் படங்களாக புதுமைப்பித்தன், குறவஞ்சி, அரசிளங்குமரி, வண்டிக்காரன் மகன் போன்ற படங்கள் அமைந்தன.

கலைஞரின் திரைப்பயணம் :

- ராஜகுமாரி (வசனம்) - 11.04.1946
- அபிமன்யு (வசனம்) - 06.05.1948
- மருதநாட்டு இளவரசி (கதை, வசனம்) - 1950
- மந்திரி குமாரி (கதை, வசனம், பாடல்) - 11950
- தேவகி (கதை, வசனம்) - 1951
- மணமகள் (திரைக்கதை, வசனம்) - 1951
- பராசக்தி (திரைக்கதை, வசனம்) - 1951
- பணம் (திரைக்கதை, வசனம்) - 1952
- நாம் (கதை, வசனம்) - 1953
- திரும்பிப்பார் (கதை, வசனம்) - 1953
- மனோகரா (திரைக்கதை, வசனம்) - 1954
- மலைக்கள்ளன் (திரைக்கதை, வசனம்) - 1954
- அம்மையப்பன் (கதை, வசனம்) - 1954
- ராஜாராணி (கதை, வசனம்) - 1956
- ரங்கோன்ராதா (திரைக்கதை, வசனம்) - 1956
- புதையல் (கதை, வசனம்) - 1957
- புதுமைப்பித்தன் (கதை, வசனம்) - 1957
- குறவஞ்சி (கதை, வசனம், பாடல்) - 1960
- எல்லோரும் இந்நாட்டு மன்னர் (வசனம்) - 1960
- அரசிளங்குமரி (கதை, வசனம்) - 1961
- தாயில்லாப்பிள்ளை (திரைக்கதை, வசனம்) - 1961
- இருவர் உள்ளம் (திரைக்கதை, வசனம்) - 1963
- காஞ்சித்தலைவன் (கதை, வசனம், பாடல்) - 1963
- பூம்புகார் (திரைக்கதை, வசனம், பாடல்) - 1965
- அவன் பித்தனா (திரைக்கதை, வசனம், பாடல்) - 1966
- மறக்க முடியுமா? (திரைக்கதை, வசனம், பாடல்) - 1966

- மணிமகுடம் (கதை, வசனம்) - 1966
- தங்கத்தம்பி (கதை, வசனம்) - 1967
- வாலிப விருந்து (கதை, வசனம்) - 1967
- எங்கள் தங்கம் (கதை) - 1970
- பிள்ளையோ பிள்ளை (கதை, வசனம்) - 1972
- அணையாவிளக்கு (கதை) - 1975
- வண்டிக்காரன் மகன் (திரைக்கதை, வசனம்) - 1978
- நெஞ்சுக்கு நீதி (கதை, வசனம், பாடல்) - 1979
- ஆடு பாம்பே (கதை, வசனம்) - 1979
- குலக்கொழுந்து (கதை, வசனம்) - 1981
- மாடிவீட்டு ஏழை (திரைக்கதை, வசனம்) - 1981
- தூக்குமேடை (கதை, வசனம், பாடல்) - 1982
- காகித ஓடம் (திரைக்கதை, வசனம்) - 1986
- பாலைவன ரோஜாக்கள் (திரைக்கதை, வசனம்) - 1986
- நீதிக்குத் தண்டனை (கதை, வசனம், பாடல்) - 1987
- ஒரே ரத்தம் (கதை, வசனம்) - 1987
- மக்கள் ஆணையிட்டால் (திரைக்கதை, வசனம்) - 1988
- பாசப் பறவைகள் (திரைக்கதை, வசனம்) - 1988
- இது எங்கள் நீதி (திரைக்கதை, வசனம், பாடல்) - 1988
- பாடாத தேனீக்கள் (திரைக்கதை, வசனம், பாடல்) - 1988
- தென்றல் சுடும் (திரைக்கதை, வசனம்) - 1989
- பொறுத்தது போதும் (திரைக்கதை, வசனம்) - 1989
- நியாயத்தராசு (திரைக்கதை, வசனம்) - 1989
- பாசமழை (கதை, வசனம்) - 1989
- காவலுக்கு கெட்டிக்காரன் (திரைக்கதை, வசனம்) - 1990
- மதுரை மீனாட்சி (திரைக்கதை, வசனம், பாடல்) - 1993
- புதிய பராசக்தி (திரைக்கதை, வசனம்) - 1996

- மண்ணின் மைந்தன் (திரைக்கதை, வசனம்) - 2005
- பாசக்கிளிகள் (திரைக்கதை, வசனம்) - 2006
- உளியின் ஓசை (திரைக்கதை, வசனம்) - 2008
- பெண்சிங்கம் (திரைக்கதை, வசனம்) - 2010
- இளைஞன் (திரைக்கதை, வசனம்) - 2011
- பொன்னர் சங்கர் (திரைக்கதை, வசனம்) - 09.04.2011

தேவகி (21.06.1951)

துளியும் அரசியல் கலப்பு இல்லாமல் திரைக்கதை, வசனம் எழுதிய சமூகப்படம் தேவகி. 1951 இல் வெளிவந்த இந்தப் படத்தை கணபதி பிக்சர்ஸ் தயாரிக்க ஆர்.எஸ்.மணி இயக்கினார்.

வி.என். ஜானகி, மாதுரி தேவி, கண்ணப்பா ஆகியோர் நடித்த இந்தப் படம் பெண்களின் பேராதரவைப் பெற்றது.

இதே கதை 'ஆட ஜென்மா' என்கிற பெயரில் தெலுங்கில் ரீமேக் செய்யப் பட்டது. சமூகக் கருத்தை சொல்லும் விதத்தில் அமைந்த இப்படத்துக்கு அரசியல் கலப்பு இல்லாமல் கலைஞர் வசனம் எழுதியிருந்தாலும் பெண் இனத்தின் பெருமையைச் சொல்லும் வலிமையான வசனங்களை எழுதத் தவறவில்லை.

தேவகியின் தந்தை கதாபாத்திரம் வழியாக ஆண்களின் ஆணவத்தை அடக்க வேண்டும் என்பது நம் நோக்கமல்ல; பெண்களுக்கு சமத்துவம் வேண்டும், சுதந்திரம் வேண்டும் என்ற கொள்கை வலியுறுத்தப்பட்டது.

மணமகள் (15.08.1951)

மலையாள நாடகாசிரியர் முன்ஷி பரமு பிள்ளையின் சுப்ரபா கதையை தமிழில் சினிமாவாக மணமகள் என்ற பெயரில் என்.எஸ். கிருஷ்ணன் தயாரித்தார்.

தான் சொந்தமாக தயாரித்து இயக்கும் இந்த படத்துக்கு கலைஞரை திரைக்கதை வசனம் எழுத வைத்தார் என்.எஸ்.கே.

'பூனைக்கு வீணை வாசிக்கவா தெரியும் பானை உருட்டத்தானே தெரியும்' போன்ற வசனங்கள் யாவரையும் கவர்ந்தது.

1951ல் வெளி வந்த இப்படத்தில் எஸ்.வி. சகஸ்ரநாமம், லலிதா பத்மினி பாலையா நடித்தனர். எஸ்.எஸ். ராஜேந்திரனுக்கு முதல் படம் இது. ஆனால் டைட்டில்கார்டில் பெயர் இருந்தும் சென்சார் போர்டில் கத்தரிக்கு ஆளானது அவரது கதாபாத்திரம்.

பராசக்தி (17.10.1952)

வசனப் புரட்சி செய்த கருணாநிதிக்கு தமிழ் திரையுலகம் தனி சிம்மாசனம் தந்த படம் 1952ல் வெளிவந்த பராசக்தி.

உலக அரங்கத்தில் தமிழனின் பெயரைப் பதிவு செய்த நடிகர் திலகம் சிவாஜி கணேசன் திரைப் பிரவேசம் செய்த படம் பராசக்தி.

பகுத்தறிவு தீபம் ஏற்றிய பராசக்தியில் கருணாநிதியின் நெருப்பு வசனங்களை, சிம்மக் குரலெடுத்து சிவாஜி கணேசன் பேசிய வசன வீச்சு உணர்ச்சிப் பிரவாகமாக ரசிகர்களை பொங்கி ஆர்ப்பரிக்க வைத்தது. கருணாநிதியின் வசனத்தில் அனல் தெறித்தது.

திசை தெரியாமல் எங்கோ சென்று கொண்டிருந்த தமிழ் சினிமாவை நல்ல பாதைக்கு திருப்பி விட்ட பராசக்தி படத்தின் மூலமாக கருணாநிதியும், சிவாஜி கணேசனும் நட்சத்திர அந்தஸ்துக்கு உயர்ந்தார்கள்.

குதூகலமும் கொண்டாட்டமுமாக வெளிவந்த பராசக்தி படத்தில் சமூக அவலங்களின் சாடல் பகுத்தறிவு பிரச்சாரம், இவையெல்லாவற்றையும் கண்டு மிரண்டு போன ஒரு கூட்டம் பராசக்தியை தடை செய்ய மும்முரம் காட்டியது. இந்து மதக் கொள்கைகளை கேலி செய்திருப்பதாக காங்கிரஸ்காரர்கள் கடுமையாக விமர்சனத்தை வைத்தனர். இவையெல்லாமே பராசக்தி படத்துக்கு பலத்தையும் விளம்பரத்தையும் தேடித் தந்தது.

42 வாரங்கள் ஹவுஸ்புல் காட்சிகளாக ஓடி சினிமா சரித்திரத்தைப் புரட்டிப் போட்டது. சிவாஜி கணேசன், எஸ்.எஸ்.ஆர்., பண்டரி பாய், டி.கே. ராமச்சந்திரன், எஸ்.வி.சகஸ்ரநாமம், வி.கே.ராமசாமி, ஸ்ரீரஞ்சனி, அங்கமுத்து ஆகியோர் நடித்திருந்தனர்.

இப்படத்திற்கு 'பூமாலை நீயே' என்ற பாடலையும், 'இல்வாழ்வினிலே ஒளியேற்றும் தீபம்' என்ற பாடலையும் கலைஞர் எழுதியிருந்தார்.

பணம் (27.12.1952)

கலைஞர் கருணாநிதி பராசக்தியில் திராவிட இயக்க கொள்கை முழக்கத்தையும் பகுத்தறிவு சுயமரியாதை சிந்தனைகளை அழுத்தமாக தெரிவித்ததைப் போலவே பணம் படத்திலும் திராவிட இயக்கக் கொள்கை முழக்கத்தை அழகாக கையாண்டார்.

பராசக்தியின் சூப்பர் ஹிட்டுக்குப் பின் கலைஞரும் சிவாஜியும் மீண்டும் கூட்டணி போட்ட படம். சிவாஜியின் இரண்டாவது படம் இது.

1951ல் சென்னையில் நடந்த தி.மு.க. மாநாட்டில், 'இப்படை தோற்கின் எப்படை வெல்லும்', 'தம்பி உடையான் படைக்கு அஞ்சான்' என்று முழங்கினார் அண்ணா. தி.மு.க. மாநாட்டு நிகழ்ச்சிகளிலும் அண்ணாவின் வீரமுழக்கமும் படமாக்கப்பட்டு, வீட்டை விட்டு வெளியேறிய ஹீரோ மாநாட்டுக்குச் செல்வதாகவும், அவனது நண்பன் தேடிப் போவதாகவும் பணம் படத்தில் கதையை மாற்றி அமைத்திருந்தார் கலைஞர்.

'பிணத்தை பிழைக்க வைக்க முடியுமா? பணம் இல்லாமல் முடியாது! எருக்கஞ்செடியிலே ரோஜாப்பூவை எதிர்பார்க்க முடியுமா?' இப்படி கருத்தாழமான கலைஞரின் வசனங்கள் பாராட்டை குவித்தது.

மணமகள் படத்திற்கு பிறகு கலைவாணர் என்.எஸ்.கே. இப் படத்தை தயாரித்தார். கலைஞர் திரைக்கதை, வசனம் எழுத எம்.எஸ். விஸ்வநாதன் ராமமூர்த்தி இரட்டையர்களை முதன் முதலாக சேர்ந்து இசையமைக்கச் செய்து டைட்டில் கார்டும் போட்டார் என்.எஸ்.கே.

பணம் படத்துக்கு கவிஞர் கண்ணதாசன் பாடல்கள் எழுதினார். சிவாஜி, பத்மினி, என்.எஸ்.கே., மதுரம் எஸ்.எஸ்.ஆர்., வி.கே.ராம சாமி ஆகியோர் நடித்தனர்.

நாம் (05.03.1953)

எம்.ஜி.ஆர்., பி.எஸ்.வீரப்பா ஆகியோருடன் சேர்ந்து மேகலா பிக்சர்ஸ் என்ற படநிறுவனத்தை உருவாக்கிய கலைஞர், அதன் முதல் தயாரிப்பாக நாம் படத்தை எடுத்தார்.

'நான் திராவிட இயக்கத்தில் சேராமல் போய் இருந்தால் ஒரு தீவிர மான கம்யூனிஸ்டாக மாறியிருப்பேன்' என்று கலைஞர் அடிக்கடி கூறுவார். அவரின் அடிமனதில் இருந்த கம்யூனிச சித்தாந்தங்களை வெளிப்படுத்த, 'நாம்' திரைப்படம் கை கொடுத்தது. முழுக்க முழுக்க

தொழிலாளி வர்க்கத்தின் குரலாக ஒலித்த இந்தப் படத்தின் வசனங்கள் கலைஞருக்குள் இருந்த கம்யூனிஸ்டை அடையாளம் காட்டியது.

எம்.ஜி.ஆர். நாயகனாகவும், வி.என். ஜானகி நாயகியாகவும் நடித்தார். வி.என். ஜானகி கடைசியாக நடித்த படம் இது.

பின்னணிப் பாடகராக இருந்த சிதம்பரம் ஜெயராமன் இந்தப் படத்துக்கு இசையமைத்தார். இதில் இடம் பெற்ற ஒன்பது பாடல்களையும் கலைஞர்தான் எழுதியிருந்தார்.

இப்படத்தில் எம்.ஜி.ஆர்., வி.என். ஜானகி, பி.எஸ்.வீரப்பா, எம்.ஜி.சக்கரபாணி ஆகியோர் நடித்துள்ளனர்.

திரும்பிப் பார் (10.07.1953)

பராசக்தி, பணம் படங்களைத் தொடர்ந்து கலைஞரும் சிவாஜியும் மீண்டும் இணைந்து முற்றிலும் மாறுபட்ட படைப்பாக இந்தப் படம் வெளிவந்தது.

சிவாஜியின் அக்காவாக பண்டரிபாய் நடித்தார். மாடர்ன் தியேட்டர்ஸ் டி.ஆர்.சுந்தரம் இதனை தயாரித்து இயக்கினார். இதில் சிவாஜி வில்லத்தனமான கேரக்டர் ஏற்று நடித்தார்.

மனோகரா (03.03.1954)

பல மேடைகள் கண்ட நாடகக் கதை மனோகரா. நாடக உலகில் பிரபலமான கதாசிரியராக திகழ்ந்த பம்மல் கே.சம்பந்த முதலியார் எழுதிய மேடை நாடகக் கதையின் உரிமையை வாங்கி அதை திரைப்படமாக எடுக்க விரும்பினார் எல்.வி.பிரசாத்.

நாடகக் கதைகளை வெற்றிகரமாகத் திரை வடிவமாக்குவதில் வல்லவராக இருக்கும் கலைஞரிடம் அந்தப் பொறுப்பை ஒப்படைத்தார் எல்.வி.பிரசாத்.

கதை எழுத ஒப்புக்கொண்ட கருணாநிதி அன்றைய அரசியல் சூழ்நிலையில் கைதியாக சிறையில் அடைக்கப்பட்டார். ஆயினும் சிறையில் இருந்தபடியே மனோகராவுக்கான திரைக்கதை வசனத்தை எழுதிக் கொடுத்தார்.

ஜூபிடர் பிக்சர்ஸ் பட நிறுவனம் பிரம்மாண்டமான முறையில் தயாரித்த மனோகரா படத்தை எல்.வி. பிரசாத் இயக்கினார்.

மனோகரனாக தோன்றிய சிவாஜி காதல், சோகம், வீரம், பரிவு, பிரிவு, பாசம் என நவ ரசங்களையும் கொட்டி நடித்தார்.

கலைஞர் கருணாநதி எழுதிய நீண்ட நெடிய வசனத்தை அரச சபையில் மூச்சு விடாமல் பேசி முழங்கிய அந்தக் காட்சியில் சிம்மக் குரலெடுத்து சிங்கம் போல கர்ஜித்தார் சிவாஜி கணேசன்.

ஒரே சமயத்தில் தமிழ், தெலுங்கு, இந்தி என மும்மொழிகளில் தயாரிக்கப்பட்ட இந்தப் படம் எல்லா மொழிகளிலும் சக்கை போடு போட்டது.

இப்படத்தில் மனோகரனின் தாய் பத்மாவதியாக நடித்த கண்ணம்பாவிற்கு சிவாஜிக்கு சமமாக கனல் தெறிக்கும் வசனங்கள் இருந்தன.

கருணாநிதிக்கு வழங்கிய கலைஞர் எனும் பட்டம் இப்படத்தின் டைட்டிலில் இடம் பெற்றது.

மலைக்கள்ளன் (22.07.1954)

மலைக்கள்ளன் என்ற நாவல் கவிஞர் நாமக்கல் ராமலிங்கம் பிள்ளை எழுதியது. அந்நாவலை பட்சி ராஜா ஸ்டுடியோ அதிபர் ஸ்ரீராமலு நாயுடு திரைப்படமாக எடுக்க முன் வந்தார்.

இத்திரைப்படத்திற்கு கருணாநிதி தன் முழுத் திறமையையும் காட்டி திரைக்கதை, வசனம் தீட்டினார். எம்.ஜி.ஆரின் திரை வாழ்க்கையில் மறுமலர்ச்சியை ஏற்படுத்தி உச்ச நட்சத்திரமாக உயர்த்தியது.

தமிழ், தெலுங்கு, மலையாளம், கன்னடம், இந்தி, சிங்களம் என ஆறு மொழிகளில் தயாரிக்கப்பட்டு எல்லா மொழிகளிலும் வெற்றி வாகை சூடி வசூலை மலை போலக் குவித்தது.

மக்களிடம் நல்ல வரவேற்பைப் பெற்ற மலைக்கள்ளன் படம் தேசிய விருது பெற்றது. முதல் தேசிய விருது பெற்ற தமிழ்படம் என்ற பெருமை மலைக்கள்ளன் படத்துக்கு கிடைத்தது.

நாமக்கல் ராமலிங்கம் பிள்ளையின் நாவலை கச்சிதமாக இயக்கி மாபெரும் வெற்றிப் படமாக்கினார் ஸ்ரீராமலு நாயுடு. எஸ்.எம். சுப்பையா நாயுடுவின் இசையில் மலைக்கள்ளன் படம் பாடல்கள் மக்கள் மத்தியில் ஒரு புதிய எழுச்சி கீதமாகவே ஒலித்தது.

'எத்தனை காலம்தான் ஏமாற்றுவார் இந்த நாட்டிலே' பாடல் சமுதாயத்தின் அவலங்களை அடையாளம் காட்டியது.

கண்டிப்பான போலீஸ் அதிகாரியாக எம்.ஜி.சக்கரபாணி நடிக்க, ஏட்டாக வரும் டி.எஸ்.துரைராஜ் தன் முட்டைக் கண்களால் உருட்டி உருட்டியும் ரசிகர்களை சிரிக்க வைத்தார்.

இனிமையான குரல்வளமும், நடிப்புமிக்க பானுமதி எம்.ஜி.ஆருக்கு ஜோடியாக நடித்த முதல் படம் இது.

அம்மையப்பன் (24.09.1954)

நேஷனல் புரொடக்ஷன் தயாரித்த இந்தப் படத்தை கலைஞரின் அன்பைப் பெற்ற இயக்குநர் ஏ.பீம்சிங் இயக்கினார். எஸ்.எஸ்.ஆர்., ஜி. சகுந்தலா, எஸ். வரலட்சுமி, டி.வி. நாராயணசாமி ஆகியோர் நடித்தனர்.

எம்.ஜி.ஆர்., சிவாஜி இருவரும் படத்துவக்க விழாவுக்கு வந்து வாழ்த்தி விட்டுச் சென்றார்கள்.

வசனகர்த்தா படப்பிடிப்பு தளத்திற்கு வருவதும் வசனத்தை சொல்லிக் கொடுப்பதுமான வழக்கத்தை தமிழ் சினிமாவுக்கு கலைஞர்தான் கற்றுத் தந்தார்.

வசனம் எழுதிக் கொடுப்பதோடு கடமை முடிந்து விட்டதாக கருத மாட்டார் கலைஞர். நடிப்பு மற்றும் கேமரா கோணங்களின் நகர்வுகள், காட்சிக்கான சூழல் ஆகியவற்றையும் வசனத்தாள்களின் ஓரத்தில் எழுதுவதை வழக்கமாக வைத்திருந்தார் கலைஞர்.

இதே கதையை, 'சுகம் எங்கே?' என்ற பெயரில் மாடர்ன் தியேட்டர்ஸ் தயாரித்தது. நடிப்பிசைப் புலவர் கே.ஆர்.ராமசாமியும், சாவித்திரியும் ஜோடியாக நடித்தனர்.

கள்ள உறவில் தான் பெற்ற மகனை ஒரு மதத் தலைவர் அனாதை ஆக்கி விடுகிறார். இது தான் கதை! இப்படத்திற்கு கண்ணதாசனும் ஏ.கே.வேலனும் இணைந்து வசனம் எழுதினர்.

டி.ஆர். பாப்பா இசையில், 'அம்மையப்பா அருள்புரிவாய்', 'காதல் புறா காதிலே பேசுவதேன்', 'நீலக்கடல் பாரு பாப்பா', 'சின்னப் புது மலரே' என்ற நான்கு பாடல்கள் எழுதினார் கலைஞர்.

ராஜா ராணி (25.06.1956)

பால்ய விவாகத்தைக் கண்டித்து வெளிவந்த இந்தப் படத்தில் சிவாஜியும் பத்மினியும் ஜோடியாக நடித்தனர். எஸ்.எஸ்.ஆர். முக்கிய கதாபாத்திரம் ஏற்று நடித்தார்.

சிவாஜி, பத்மினி, எஸ்.எஸ்.ஆர் மூவரின் முத்தான நடிப்பும், சிறப் பான சேரன் செங்குட்டுவன் நாடகமும், கலைஞரின் நெருப்புக் கனல் வசனமும், ஏ.பீம்சிங்கின் நேர்த்தியான இயக்கமும் படத்தின் வெற்றிக்கு கட்டியம் கூறியது.

ராஜா ராணி திரைப்படத்தில் இடம் பெற்ற சேரன் செங்குட்டுவன் ஓரங்க நாடகத்தில், சிவாஜிக்காக கலைஞர் எழுதிய வசனங்கள் திராவிட பேரியக்கத்தின் பெருமையை பறைசாற்றியது.

'அணைக்கட்டு வெள்ளத்திலே மிதந்து விட்டது. பாதுகாப்பு பருவக் காற்றிலே பறந்து விட்டது. தீயின் நாக்குகளை தேன் மலரின் செவ்விதம் என்று நம்பி ஏமாறாதே' என்பது போன்ற வசனங்கள் கலைஞரின் பேனாவிலிருந்து வந்து விழுந்தது.

ராஜா ராணி படத்தில், 'ஆழிசூழ் உலகம்', 'மணிப்புறா', 'புது மணிப்புறா', 'வேலையில்லாத தொல்லை', 'எல்லோரும் இங்கே வாங்க', 'கண்ணற்ற தகப்பனுக்கு' என ஐந்து பாடல்களை கருணாநிதி எழுதியுள்ளார்.

நாடகப் பின்னணியில் ராஜா ராணி படத்தின் கதையை அமைத்து அதற்கு அழகு தமிழில் வசனமும் தீட்டி, படத்தை பெருவாரியான ரசிகர்களிடையே கொண்டு சேர்த்தார் கலைஞர்.

ரங்கோன் ராதா (01.11.1956)

சிவாஜி, பானுமதி நடிப்பில் மேகலா பிக்சர்ஸ் தயாரிப்பில் வெளிவந்த படம் ரங்கோன் ராதா.

திராவிட நாடு இதழில் தொடர் கதையாக வெளிவந்த அறிஞர் அண்ணாவின் கதைக்கு திரைக்கதை வசனம் எழுதினார் கலைஞர்.

அறிஞர் அண்ணாவின் இந்த கதையில் மூடபக்தி, பெரிய மனிதர்களின் போலித்தனமான வாழ்க்கை போன்றவை அம்பலமானது. மூலக்கதையில் சிறு சிறு மாறுதல்களை செய்தார் கலைஞர்.

மைத்துனி மீது காமம் கொண்டு மனைவிக்கு பேய் பிடித்து விட்டதாக கட்டுக்கதை அளிக்கும் கோட்டையின் தர்மலிங்கம் முதலியாராக வில்லத்தனமான கேரக்டரில் நடித்திருந்தார் சிவாஜி கணேசன்.

இந்தப் படத்துக்கு டி.ஆர். பாப்பா இசையில் பாரதியார், பாரதிதாசன் பாடல்களோடு உடுமலை நாராயணகவி, ஆத்மநாதன், பட்டுக்கோட்டை கல்யாண சுந்தரம் ஆகியோரும் பாடல்கள் எழுத, பானுமதி பாடும், 'காற்றில் ஆடும் தீபம்', 'தமிழே தேனே' போன்ற பாடல்களை கலைஞர் எழுதியிருந்தார்.

சிவாஜி கணேசனின் மனைவியாக பானுமதியும் மைத்துனி தங்கமாக எம்.என்.ராஜமும் நடித்தனர். எஸ்.எஸ.ஆர்., ராஜ சுலோச்சனா, என்.எஸ். கிருஷ்ணன், முத்துராமன் ஆகியோரும் நடித்தனர்.

ஏ. காசிலிங்கம் இயக்க மேகலா பிக்சர்ஸ் சார்பில் கருணாநிதியே தயாரித்தார்.

புதையல் (10.05.1957)

புதையல் படத்துக்கான வேலைகள் தொடங்கியபோது குளித்தலை தேர்தல் களத்தில் நின்றார் கலைஞர். பகலில் பொதுக் கூட்டம், தேர்தல் பணி, இரவில் திரைக்கதை, வசனம் எழுதும் பணி, இப்படியாக மூன்றே நாட்களில் படத்துக்கான மொத்த திரைக்கதை வசனத்தையும் எழுதிக் கொடுத்து விட்டாராம் கலைஞர்.

புலியின் பசிக்கு ஆடுகளைத்தான் கொடுக்க முடியும். சர்க்கஸ் காரனால் அதை விட்டு தானே இரையாக முடியுமா? தேர்தல் பரப்புரைகளுக்கிடையே எழுதினாலும் போர் வாளாக இருந்தது படத்திற்கான கலைஞரின் வசனங்கள்.

கலைஞர் 'புதையல்' படத்தில் கைத்தறியின் மேன்மையை விளக்கி, 'சின்ன சின்ன இழை பின்னிப் பின்னி வரும் சித்திரக் கைத்தறிச் சேலையடி' என்கிற பட்டுக்கோட்டையாரின் பாடலை பயன் படுத்தினார்.

சிவாஜி, பத்மினி, பாலையா, சந்திரபாபு ஆகியோர் நடித்த இந்தப் படத்தை கிருஷ்ணன் - பஞ்சு இயக்க கமால் பிரதர்ஸ் பட நிறுவனம் தயாரித்தது.

1957 தேர்தலில் கலைஞர் உட்பட 15 பேர் வெற்றிக் கனியுடன் வந்தனர். அதே ஆண்டில் வெளிவந்த 'புதையல்' படத்தில் கதை வசனம் கலைஞர் கருணாநிதி எம்.எல்.ஏ. என டைட்டில் கார்டு போடப்பட்டது.

புதுமைப்பித்தன் (02.08.1957)

திமிங்கலம் கடலில் மட்டுமல்ல, நாட்டிலும் உண்டு. மனித உருவத்திலே! ஆனால் அது கப்பலை மட்டுமல்ல, தேசத்தையே கவிழ்த்து விடும்' என்று அனல் பறக்கும் கலைஞர் வசனங்களை உள்ளடக்கிய வெற்றித் திரைப்படம் புதுமைப்பித்தன்.

மு.கருணாநிதி கதை, திரைக்கதை, வசனம் எழுத டி.ஆர். ராமண்ணா இயக்கத்தில் வெளிவந்த இத்திரைப்படத்தில் எம்.ஜி.ஆர், சந்திர பாபு, பாலையா, சகாதேவன், பி.எஸ்.சரோஜா, டி.ஆர். ராஜகுமாரி, ஈ.வி.சரோஜா, அங்கமுத்து ஆகியோர் நடித்திருந்தனர்.

ஜி.ராமநாதன் இசையில் ஜிக்கி பாடிய 'உள்ளம் ரெண்டும் ஒன்று நம் உருவம் தானே ரெண்டு' என்ற பாடலும் சந்திரபாபு பாடிய 'தில்லானா பாட்டுப் பாடனும்' போன்ற பாடல்கள் ரசிகர்களின் மனதை விட்டு அகலவில்லை.

ஒரு ஆங்கிலப் படத்தை தழுவி கதை அமைத்து, வசனம் எழுதினார் கலைஞர். எதையும் புதுமையாக செய்ய வேண்டும் என்கிற வேட்கையின் காரணமாக படத்துக்கு புதுமைப்பித்தன் என்று பெயர் சூட்டினார்.

தந்தையை மீட்கப் போராடும் இளவரசனாக எம்.ஜி.ஆரும், அவருக்கு உதவும் காதலியாக பி.எஸ். சரோஜாவும், நாடகப் பெண்ணாக டி.ஆர்.ராஜகுமாரியும் மன்னரின் சகோதரனாக பாலையாவும் இப்படத்தில் நடித்திருந்தனர்.

குறவஞ்சி (04.03.1960)

ஏ.காசிலிங்கம் இயக்க, கலைஞரின் கதை வசனத்தில் மேகலா பிக்சர்ஸ் 1960 இல் தயாரித்த ராஜா ராணி கதைப் பின்னணியில் அமைந்த படம்தான் குறவஞ்சி.

கதிரவனாக சிவாஜியும், நாட்டுப்புற கலைஞராக சாவித்திரியும் நடித்தனர். ஓ.ஏ.கே. தேவர், மைனாவதி, பண்டரிபாய் ஆகியோர் முக்கிய கதாபாத்திரத்தில் நடித்தனர்.

டி.ஆர். பாப்பாவின் இசையில் கண்ணதாசன், தஞ்சை ராமையா தாஸ் பாடல்களை எழுத 'அகல இருக்குது' என்ற பாடலை கலைஞர் எழுதியுள்ளார்.

கலைஞரின் கைவண்ணத்தில் உருவான உள்ளத்தை உருக்கும் கதை, உணர்ச்சிகளைத் தூண்டும் உத்வேகமான வசனம், அருவி யாய் கொட்டும் அடுக்கு மொழி, சிவாஜியின் கம்பீரமான நடிப்பும், ஆவேசமான சொல் வீச்சும் குறவஞ்சி படத்துக்கு பெரு வெற்றியை தேடித் தந்தது.

அரசனைத் திருத்துவதற்காக அரச குடும்பத்தவர்களே புரட்சி செய்யும் கதை குறவஞ்சி. முதலில் எஸ்.எஸ்.ஆர்., விஜயகுமாரி, ராஜ சுலோசனா, மைனாவதி ஆகியோர் நடிக்க ஒப்பந்தமாகி பாதி படம் எடுத்து விட்டனர். ஆனால் பாதியில் திடீரென எஸ்.எஸ்.ஆரும், விஜயகுமாரியும் ஹைதராபாத் சென்று காதல் திருமணம் செய்து கொண்டதால் படப்பிடிப்புக்கு வர முடியவில்லை. எனவே ஏற்கனவே எடுத்த காட்சிகளை மாற்றி சிவாஜி கணேசனையும் சாவித்திரியையும் நடிக்க வைத்து படத்தை உருவாக்கினர்.

எல்லோரும் இந்நாட்டு மன்னர் (01.07.1960)

மா.லட்சுமணனின் மூலக்கதையை தனக்கே உரிய பாணிக்கு மாற்றி வள்ளுவரை முதன்மைப்படுத்தி இப்படத்தின் கதையை உருவாக்கி இருந்தார் கலைஞர்.

மக்களாட்சியின் மகத்துவத்தை சொல்வதற்காக எடுக்கப்பட்ட இப்படத்தில் திருக்குறளின் மேன்மையை மக்கள் உணர்ந்து கொள்ளும் வகையில் சிறப்பான காட்சிகளையும், வளமையான வசனங்களையும் வடித்திருந்தார் கலைஞர்.

டி.ஜி. லிங்கப்பா இசையில் பட்டுக்கோட்டை கல்யாண சுந்தரம் எழுதி டி.எம்.எஸ். பாடிய 'என்

அருமை காதலிக்கு வெண்ணிலாவே' என்கிற காதல் பாடல் ரசிகர்களின் செவியில் தேனை அள்ளி ஊற்றியது.

கலைஞரின் கதை வசனத்தில் ஜெமினி கணேசன் கதா நாயகனாக நடித்த ஒரே படம் இது. இதில் மன்னராட்சியை எதிர்த்து மக்களாட்சிக்காக பாடுபடும் கதாநாயகனாக ஜெமினி நடிக்க அவருக்கு ஜோடியாக சரோஜா தேவி நடித்தார்.

நம்பியார், டி.கே.பகவதி, எம்.என். ராஜம், லட்சுமி பிரபா ஆகியோர் முக்கிய கதாபாத்திரங்களில் நடித்திருந்தனர்.

இப்படத்தினை ஜுபிடர் பிக்சர்ஸ் நிறுவனம் தயாரித்தது.

அரசிளங்குமரி (01.01.1961)

அரசாங்கத்தை எதிர்க்கும் வீரன் அறிவழகனாக எம்.ஜி.ஆரும், அவரின் தங்கை அன்புக்கரசியாக பத்மினியும், காதல் துரோகம் செய்யும் வெற்றிவேலனாக நம்பியாரும் இப்படத்தில் நடித்திருந் தனர். ராஜ சுலோசனா எம்.ஜி.ஆரின் காதலியாக நடித்திருந்தார்.

ஜுபிடர் பிக்சர்ஸ் தயாரிக்க ஏ.எஸ். சாமி இப்படத்தை முதலில் இயக்கினார்.

'வாள் கையிலேதான் இருக்க வேண்டுமே தவிர நெஞ்சிலே இருக்கக் கூடாது. நெஞ்சிலே இருக்க வேண்டியது அன்பு, பாசம், அடக்கம், நல்ல பண்பு' இப்படி துடிப்பான வசனங்களை இப்படத்திற்காக கலைஞர் எழுதியிருந்தார்.

ராஜா ராணி காலத்துப் பின்னணியில் புதுமையான கோணத்தில் இப்படத்தின் கதையை அமைந்திருந்தார் கலைஞர்.

ஜி.இராமநாதன் இசையில் பட்டுக்கோட்டை கல்யாண சுந்தரத்தின் 'சின்னப் பயலே சின்னப் பயலே சேதி கேளடா' பாடல் பட்டி தொட்டியெங்கும் ஒலித்தது.

பிறகு மனக்கசப்பு ஏற்பட்ட நிலையில் அவர் வெளியேற, இயக்குநர் ஏ.காசிலிங்கம் ஒத்துழைப்புடன் மீதிப் படத்தை எம்.ஜி.ஆர். இயக்கி முடித்தார்.

மொத்தப் படப்பிடிப்பும் முடிய ஐந்து வருடங்கள் ஆனதாகக் கூறப்படுகிறது.

தாயில்லாப் பிள்ளை (18.08.1961)

எல்.வி. பிரசாத் இயக்கி தயாரித்து வெளியிட்ட படம் இது. கல்யாண்குமார் கதாநாயகனாகவும், எம்.வி.ராஜம்மா நாயகியாகவும் முக்கிய கதாபாத்திரத்தில் டி.எஸ்.பாலையாவும் நடித்திருந்தனர்.

கே.வி. மகாதேவன் இசையில் சூலமங்கலம் ராஜலட்சுமி பாடிய 'சின்னச் சின்ன ஊரணியாம்', ஏ.எல். ராகவனின் 'காலம் மாறுது' மற்றும் 'கடவுளும் நானும் ஒரு ஜாதி', பி.பி.ஸ்ரீனிவாஸ் - ஜமுனா ராணி இணைந்து பாடிய 'படிக்க வேண்டும் புதிய பாடம்' போன்ற பாடல்கள் இப்படத்தில் சிறப்பாக பாராட்டப்பட்டன.

அடுக்கு மொழியில் அழகு தமிழில் தான் கலைஞரால் எழுத முடியும் என்ற மாயையை அடித்து நொறுக்கி பார்ப்பன மொழியிலும் அழகாக வசனம் தீட்ட முடியும் என்று கலைஞர் நிரூபித்த படம் இது.

பதஞ்சலி சாஸ்திரி என்கிற பிராமணக் கதாபாத்திரத்தைப் படைத்து அந்தக் குடும்பத்தில் நடக்கும் சம்பவங்களை அமைத்து பிராமண வட்டார மொழியிலேயே அவர் வசனம் எழுதியிருந்தார்.

பல ஆண்டு காலமாக சமுதாயத்தில் புரையோடிக் கிடக்கும் ஜாதி உணர்வும், பழைய பழக்க வழக்கங்களிலும் சம்பிரதாயங்களும் மனித உள்ளத்தில் எவ்வளவு ஆழமாக வேர் பிடித்து நிற்கின்றன என்பதை இப்படத்தில் கண்முன் கொண்டு வந்து நிறுத்தியிருந்தார் கலைஞர்.

இருவர் உள்ளம் (29.03.1963)

சரித்திரப் படங்களுக்கும், ராஜா ராணி கதைகளுக்கும் உணர்ச்சிகரமான வசனங்களை எழுதிய கருணாநிதியால் சமூகக் கதைக்கும் சிறப்பாக எழுத முடியும் என்பதை இருவர் உள்ளம் படத்தின் வாயிலாக 1963 இல் நிரூபித்தார்.

எழுத்தாளர் லட்சுமியின் பெண்மனம் என்ற நாவலைத் தான் இருவர் உள்ளம் என்ற பெயரில் திரைக்கதை வசனமாக எழுதினார் கலைஞர்.

கே.வி.மகாதேவன் இசையில் கண்ணதாசன் எழுதியப் 'பறவைகள் பலவிதம்', 'இதயவீணை தூங்கும்போது', 'நதி எங்கே போகிறது', 'அழகு சிரிக்கிறது' என அத்தனை பாடங்களும் சூப்பர்ஹிட்டான படம் இது.

இப்படத்தில் சிவாஜி கணேசன் நெகடிவ் ரோல் செய்து அசத்தியிருந்தார். சரோஜா தேவி அவருக்கு ஜோடியாக அசத்தியிருந்தார்.

நகைச்சுவை வேடத்தில் டி.பி.முத்துலட்சுமியுடன் சேர்ந்து எம்.ஆர்.ராதா இப்படத்தில் கலக்கியிருந்தார். ரெங்காராவின் மனைவியாக சிவாஜியின் அம்மாவாக ஜெயலலிதாவின் அம்மா சந்தியா இப்படத்தில் நடித்திருந்தார்.

இருவர் உள்ளம் திரைப்படத்தில் கலைஞரின் குறும்புத்தனமான வசனங்கள் பெரிதும் கவர்ந்து பாராட்டுப் பெற்றன. எல்.வி. பிரசாத் இயக்கத்தில் பிரசாத் மூவிஸ் இப்படத்தை உருவாக்கியது.

காஞ்சித் தலைவன் (26.10.1963)

கலைஞரின் கதை, திரைக்கதை, வசனத்துடன் காலத்தை வென்று நின்ற பாடல்கள் நிறைந்த படமாக காஞ்சித் தலைவன் விளங்கியது.

காஞ்சியின் பெருமை சொல்லும், 'கண் கவரும் சிலையே காஞ்சி தரும் கலையே', பி.சுசீலா குரலில் எதிரொலித்த 'ஒரு கொடியில் இரு மலர்கள் பிறந்ததம்மா', பானுமதி பாடிய 'மயங்காத மனம் யாவும் மயங்கும்' போன்றவை அவற்றிற்கு சான்றாக அமைந்தன.

பேரறிஞர் அண்ணாவைப் பற்றியும், அவரின் கொள்கைகளைப் பற்றியும் பல திரைப்படங்களில் தான் எழுதிய வசனங்களின் வாயிலாக எடுத்துச் சொன்ன கலைஞர், அண்ணாவின் புகழ் பாடும் விதமாக இந்தப் படத்துக்கு 'காஞ்சித் தலைவன்' என்று பெயர் சூட்டினார்.

நரசிம்ம பல்லவனாக எம்.ஜி.ஆரும், பரஞ்சோதியாக எஸ்.எஸ். ஆரும் சோழ இளவரசியாக பானுமதியும், புலிகேசியாக அசோகனும் நடித்திருந்தனர். மேலும் முக்கிய கதாபாத்திரங்களில் விஜயகுமாரி, எம்.ஆர்.ராதா ஆகியோர் நடித்திருந்தனர்.

ராஜா ராணிப் பின்னணியில் அண்ணன், தங்கை பாசத்தையும் கலந்து இக்கதையைச் சிறப்பாக உருவாக்கி இருந்தார் கலைஞர்.

கே.வி. மகாதேவன் இசையில் ஏ.காசிலிங்கம் இயக்கத்தில் மேகலா பிக்சர்ஸ் தயாரித்த இப்படம் தணிக்கை குழுவின் கெடுபிடிகளால் துண்டாடப்பட்டு மீண்டது.

திராவிட நாடு பிரச்சனையை இப்படம் பேசுவதாக விமர்சனம் எழுந்தது. அதன் காரணமாக பல காட்சிகள் மாற்றியமைக்கப் பட்டது.

பூம்புகார் (18.09.1964)

மேகலா பிக்சர்ஸ் சார்பில் ப. நீல கண்டன் இயக்கத்தில் வெளிவந்த பூம்புகார் திரைப்படத்திற்கு கலைஞர் கதை, திரைக்கதை, வசனம் பாடல்கள் எழுதியுள்ளார்.

கலைஞரின் நெஞ்சுக்கு அருகில் நின்ற படைப்பு பூம்புகார். சிலப்பதிகாரத்தின் மீது மாறாத காதல் கொண்டவர் கலைஞர்.

கல்லக்குடி போராட்டத்தின்போது சிறையில் இருந்த காலத்தில் கருக்கொண்ட இக்கதையை முதலில் ஏ.வி.எம் நிறுவனம் தயாரிப்ப தாக இருந்தது. ஆனால் இதே கதையமைப்பைக் கொண்ட 'தங்கப் பதுமை' வந்ததால் அந்நிறுவனம் கைவிட்டது. அதன் பின் கலை ஞரே தமது நிறுவனமான மேகலா பிக்சர்ஸ் சார்பில் இப்படத்தை எடுத்தார்.

திரைப்படத்தின் துவக்கத்தில் கலைஞரே வந்து கதைச் சுருக்கத்தை சொல்லும் புதிய பாணியை இந்தப் படத்திலிருந்து தான் கலைஞர் ஆரம்பித்தார்.

'மனசாட்சி உறங்கும்போது தான் மனக்குரங்கு ஊர் சுற்ற கிளம்பி விடுகிறது' என்ற வசனம் கலைஞருக்கு பிடித்தமான வசனமாக படத்தில் சிறப்பு பெற்றிருந்தது.

கோவலனும் கண்ணகியும் மதுரைக்குச் செல்லும் வழியில் படகில் பயணிக்கும் கவுந்தியடிகள் பாடும் பாடலாக 'வாழ்க்கை என்னும் ஓடம்' என்கிற பாடலை கே.பி.சுந்தராம்பாள் பாடினார். இப்பாடலை கலைஞர் எழுதியிருந்தார்.

கோவலனாக எஸ்.எஸ்.ஆரும், கண்ணகியாக விஜயகுமாரியும் அற்புதமாக நடித்திருந்தனர். தூய தமிழ் வசனங்களை எழுதி புதிய

வசனப் புரட்சி செய்திருந்தார் கலைஞர். கண்ணகியாக விஜய குமாரி கலைஞரின் வசனங்களை தீப்பொறி பறக்க பேசிய காட்சிகள் காலத்தை வென்று நிற்கிறது.

பூமாலை (23.10.1965)

பூம்புகார் பட வெற்றிக்குப் பின் அதே கூட்டணியில் தயாரான திரைப்படம் பூமாலை.

மேகலா பிக்சர்ஸ் சார்பில் முரசொலி மாறன் தயாரிக்க, ப. நீல கண்டன் இயக்க, கலைஞர் கதை, திரைக்கதை, வசனம் எழுத எஸ்.எஸ். ராஜேந்திரன், விஜயகுமாரி, ராஜஸ்ரீ, அஞ்சலிதேவி ஆகியோர் நடித்திருந்தனர்.

இப்படத்தில் கதை, திரைக்கதை, வசனத்துடன் 'கன்னம் கன்னம்' என்கிற பாடலையும் கலைஞர் எழுதியுள்ளார். ஆர். சுதர்சனம் இப்படத்திற்கு இசையமைத்துள்ளார்.

பெண்ணுரிமைக் குரலோடு பகுத்தறிவுக் குரலாகவும் இப்படத்தில் கலைஞரின் வசனங்கள் ஒலித்தன.

முதலில் இப்படத்தின் நாயகனாக சிவாஜி அறிவிக்கப்பட்டு பின்னர் எஸ்.எஸ்.ஆர் நடித்த ஒப்பந்தம் செய்யப்பட்டார்.

அவன் பித்தனா? (29.04.1966)

உமையாள் புரொடக்ஷன்ஸ் தயாரிப்பில் ப. நீலகண்டன் இயக்கத்தில் கலைஞர் கதை, திரைக்கதை, வசனம் எழுதி வெளிவந்த படம் இது.

அவன் பைத்தியக்காரனா? என்ற பெயரில் கலைஞர் எழுதிய மேடை நாடகமே அவன் பித்தனா? என்ற பெயர் மாற்றத்துடன் திரைப்படமாக வந்தது.

எஸ்.எஸ்.ஆர், விஜயகுமாரி கதாநாயகன், கதாநாயகியாக இப் படத்தில் நடித்துள்ளனர். மேலும் பாலையா, நாகேஷ் நகைச்சுவை கதாபாத்திரங்களாக நடித்துள்ளனர்.

'இறைவன் இருக்கின்றானா? மனிதன் கேட்கிறான்' பாடல் பட்டித் தொட்டியெங்கும் ஒலித்த பாடலாகும். பார்த்தசாரதி இசையில் இப்படத்தின் பாடல்கள் பாராட்டுப் பெற்றன.

மறக்க முடியுமா (12.08.1966)

கலைஞர் கதை, திரைக்கதை, வசனம், பாடல் எழுதி முரசொலி மாறன் இயக்கத்தில் தயாரிப்பில் வெளிவந்த வெற்றிச் சித்திரம் 'மறக்க முடியுமா?'

'காகித ஓடம் கடலலை மீது போவது போலே மூவரும் போவோம்' என்று கலைஞர் இப்படத்திற்கு எழுதிக் கொடுத்த பாடல் கண்ணீரை வரவழைத்து காலத்தை வென்று இன்றும் ஒலிக்கிறது.

எஸ்.எஸ்.ஆர்., தேவிகா, சகஸ்ரநாமம் ஆகியோர் இப்படத்தில் நடித்துள்ளனர்.

மெல்லிசை மன்னர் ராமமூர்த்தியின் இசையில் பி.சுசீலா பாடிய பாடல்கள் படத்துக்கு மிகவும் வலுவூட்டியது. இப்படம் ஒரு துன்பத் திரைக்காவியம் என்பதால் படம் முழுக்க உள்ளத்தை உருக வைக்கும் உணர்வுப்பூர்வமான காட்சிகளையும், உணர்ச்சிகரமான வசனங்களையும் சேர்த்திருந்தார் கலைஞர்.

அரும்பு முதல் கருகிய மலராகும் வரை அல்லல்பட்டு அழிகின்ற பெண் ஒருத்தியின் கண்ணீரால் தீட்டப்பட்டதே இந்த சோகச் சித்திரம் என ஆரம்ப காட்சியில் தோன்றி படத்தின் கதைச் சுருக்கத்தை விளக்குவார் கலைஞர்.

மணிமகுடம் (09.02.1966)

எஸ்.எஸ்.ஆர். பிக்சர்ஸ் சார்பில் இந்தப் படத்தை தயாரித்து இயக்கி கதாநாயகனாக நடித்தார் எஸ்.எஸ்.ஆர்.

கலைஞர் எழுதிய இந்த மணிமகுடம் முதலில் மேடை நாடகமாக எஸ்.எஸ்.ஆர். நடிப்பில் வலம் வந்தது. பின்னர்தான் இது திரைப்பட மாகவும் வந்தது.

ஜெயலலிதா, விஜயகுமாரி, மனோரமா, சகஸ்ரநாமம், நாகேஷ் ஆகியோரும் நடித்துள்ளனர். முடியாட்சியின் மக்களாட்சியாக மலரச் செய்வது தான் இப்படத்தின் கதை.

கலைஞரின் வசனத்தில் ஜெயலலிதா நடித்த முதல் படம் இதுதான். இதற்குப் பிறகு கலைஞரின் எங்கள் தங்கம் படத்திலும் கலைஞரின் வசனத்தில் நடித்துள்ளார் ஜெயலலிதா.

தங்கத்தம்பி (26.01.1967)

தனக்கே உரிய சமூகப் பார்வையோடு கலைஞர் கதை, திரைக் கதை, வசனம் எழுதி வெளிவந்த படம்தான் தங்கத்தம்பி. உமையாள் புரொடக்ஷன்ஸ் பட நிறுவனம் தயாரித்த இப்படத்தை ராம்நாத் பிரான்ஸிஸ் என்பவர் இயக்கியிருந்தார்.

கே.வி. மகாதேவன் இசையில் வாலியும், அவினாசி மணியும் இப்படத்திற்கு பாடல்கள் எழுதியுள்ளனர். பி.சுசீலாவின் 'ஆளுக் கொரு முத்தம் உங்கம்மா கன்னத்திலே' பாடல் சூப்பர் ஹிட்டானது.

இப்படத்தில் ரவிச்சந்திரன், மேஜர் சுந்தரராஜன், பாரதி, வாணிஸ்ரீ, நாகேஷ், மனோரமா, ஓ.ஏ.கே. தேவர் ஆகியோர் நடித்துள்ளனர்.

அழகுக்கும், அன்புக்கும் நடக்கும் போராட்டத்தை மையப்புள்ளி யாக வைத்து கூட்டுக் குடும்பத்தின் அருமையை உணர்த்தும் விதத்தில் அண்ணன் தம்பி பாசக் கதையாக கலைஞர் இப்படத்தை உருவாக்கியிருந்தார்.

வாலிப விருந்து (02.06.1967)

'மறக்க முடியுமா?' படத்தின் வெற்றியைத் தொடர்ந்து 'வாலிப விருந்து' படத்தை மேகலா பிக்சர்ஸ் சார்பில் முரசொலி மாறன் இயக்கியிருந்தார்.

கலைஞர் கதை, திரைக்கதை, வசனத்தில் ரவிச்சந்திரன், பாரதி, பாலையா, பாலாஜி, சந்திரபாபு ஆகியோர் இப்படத்தில் நடித்திருந்தனர்.

இந்தக் குடும்பக் கதைக்கு, 'மரத்தோட நிழல் மரத்துக்கு பயன் படாது. மரத்துக்குத் தேவை மேகத்தோட நிழல்' என்பதைப் போன்ற எளிமையான வசனங்களை கலைஞர் எழுதியிருந்தார்.

ஆர்.சுதர்சனம் இசையமைப்பில் எல்.ஆர். ஈஸ்வரி பாடிய, 'அவன் காதலித்தான்' என்ற பாடலும், டி.எம்.எஸ். பாடிய, 'எங்கே என்மனம்', 'வாலிப விருந்து' பாடலும், சந்திரபாபு பாடிய 'ஒன்றக் கண்ணும் டோரியா' பாடலும் ஹிட்டானது.

எங்கள் தங்கம் (09.10.1970)

கிருஷ்ணன் - பஞ்சு இயக்கத்தில் முரசொலி மாறன் தயாரிப்பில் கலைஞர் கதையும், திரைக்கதையும் எழுதிய படம் எங்கள் தங்கம். இப்படத்திற்கு முரசொலி மாறனே வசனமும் எழுதியுள்ளார்.

இசை விஸ்வநாதன் ராமமூர்த்தி. எம்.ஜி.ஆர்., ஜெயலலிதா, ஏ.வி.எம். ராஜன், புஷ்பலதா, அசோகன் ஆகியோர் இப்படத்தில் நடித்துள்ளனர்.

எம்.ஜி.ஆருக்காகவே எழுதப்பட்ட கதைக்கு எங்கள் தங்கம் என்று பெயரிட்டு கலைஞர் தனது அன்பை வெளிப்படுத்தினார். பதிலுக்கு எம்.ஜி.ஆர். இப்படத்திற்கு சம்பளம் எதுவும் வாங்கவில்லை. ஜெயலலிதாவையும் வாங்க வேண்டாம் என்று கூறினார் எம்.ஜி.ஆர்.

இப்படத்தில் சந்திரனுக்கு ராக்கெட் அனுப்பியதை நகைச்சுவையாக சொல்லும் கதாகாலட்சேபக் காட்சியில் உச்சிக் குடுமி, நெற்றியில் பட்டையுடன் எம்.ஜி.ஆர் தோன்றியது ரசிகர்களுக்கு புதுமையான அனுபவமாக இருந்தது. மற்றொரு காட்சியில் சிறுசேமிப்புத் துறை தலைவராகவே தோன்றுவார் எம்.ஜி.ஆர்.

இப்படத்திற்கு வாலி அற்புதமான பாடல்களை எழுதியிருந்தார். எம்.ஆர்.ராதா, எம்.ஜி.ஆரை சுட்டதையும் அதில் அவர் உயிர் மீண்டதையும் குறியீடாக வைத்து 'நான் செத்துப் பிழைச்சவன்டா' என்ற பாடலை வாலி எழுதியிருந்தார்.

அதுபோலவே எம்.ஜி.ஆரின் கொடை வள்ளல் தன்மையை வெளிப்படுத்தும் விதமாக 'நான் அளவோடு ரசிப்பவன்' என்ற பாடலுக்கு அடுத்த வரியை 'நான் அளவின்றி கொடுப்பவன்' என்று கலைஞர் வாலிக்கு எடுத்துக் கொடுத்து தன்னுடைய நன்றியை வெளிப்படுத்திக் கொண்டார்.

பிள்ளையோ பிள்ளை (23.06.1972)

எம்.ஜி.ஆருக்கு மாற்றாக தன் மூத்த மகன் மு.க.முத்துவை 'பிள்ளையோ பிள்ளை' என்ற படத்தில் கதாநாயகனாக களம் இறக்கினார் கருணாநிதி.

எங்கள் தங்கத்துக்குப் பிறகு எம்.ஜி.ஆர் கருணாநிதி நட்பில் விரிசல் விழுந்தது. எம்.ஜி.ஆர். தனிக்கட்சி துவங்கினார். இனிமேல் படங்கள் தயாரிக்கப் போவதில்லை என முரசொலி மாறன் முடிவெடுக்க அஞ்சுகம் பிக்சர்ஸ் என்ற புதிய தயாரிப்பு நிறுவனத்தை கலைஞர் துவங்கி அந்தப் பெயரில் படத்தை வெளியிட்டார்.

பஞ்சு இயக்கிய இப்படத்தில் மு.க.முத்து, லட்சுமி, விஜய குமாரி, மனோகர் ஆகியோர் நடித்தனர். சொந்தக் குரலில் பாடி எம்.ஜி.ஆர். பாணியிலேயே நடித்து மக்கள் மனதில் இடம் பிடித்து சினிமாவை ஒரு கலக்கு கலக்கினார் கருணாநிதி பெற்ற பிள்ளை மு.க.முத்து.

பிள்ளையோ பிள்ளை படம் வெளிவந்ததும் முத்தமிழ்ச்செல்வன் மு.க. முத்து ரசிகர் மன்றம் உதயமானது. முதல் படத்திலேயே கண்ணன், குமார் என இரு வேடத்தில் வந்து அசத்தினார் மு.க.முத்து.

1971 தேர்தல் பிரச்சாரத்தின்போது எம்.ஜி.ஆர். மாதிரியே வேடம் அணிந்து பிரச்சார நாடகம் நடித்த மு.க.முத்து முதல் முறையாக திரைப்பிரவேசம் செய்து எம்.ஜி.ஆர். மாதிரியே ஆடவும் பாடவும் செய்தார்.

கலைஞரின் கனல் கக்கும் வசனங்களை இயல்பாகப் பேசி பெரும் கைதட்டல்களைப் பெற்றார். எம்.எஸ்.விஸ்வநாதன் இசையமைப்பில் பாடல்களும் ஹிட்டானது.

பூக்காரி (25.10.1973)

பிள்ளையோ பிள்ளை படத்திற்குப் பிறகு கலைஞரின் கதை, திரைக்கதையில் மு.க. முத்து நடித்த இரண்டாவது படம் பூக்காரி. இப்படத்திற்கு டி.என். பாலு வசனம் எழுத கிருஷ்ணன் - பஞ்சு இயக்கத்தில் அஞ்சுகம் பிக்சர்ஸ் திரையிட்டது.

இப்படத்திற்கு வாலி எழுதிய பாடல்கள் கலக்கியது. 'முப்பது பைசா மூணு மொழம். முல்லை மல்லிகை கனகாம்பரம்' போன்ற பாடல் களை ஹிட் கொடுத்தார் எம்.எஸ். விஸ்வநாதன்.

மு.க. முத்துவுக்கு ஜோடியாக மஞ்சுளா நடித்தார்.

கைவண்டி இழுக்கும் அப்பாவையும், சினிமா பைத்தியமாக திரியும் தங்கையையும் காப்பாற்றும் பொறுப்பான இளைஞனாக இப்படத்தில் மு.க.முத்து தோன்றி சிறப்பாக நடித்திருந்தார்.

அணையா விளக்கு (15.08.1975)

மத ஒற்றுமையை வலியுறுத்திய கலைஞரின் வெள்ளிக்கிழமை என்கிற நாவல் தான் அணையா விளக்கு என்ற பெயரில் திரையில் வெளிவந்தது.

கிருஷ்ணன் - பஞ்சு இயக்க கருணாநிதியின் கதை, வசனத்தில் மு.க. முத்து கதாநாயகனாக நடிக்கும் இப்படத்தை அஞ்சுகம் பிக்சர்ஸ் தயாரித்தது. வெண்ணிற ஆடை நிர்மலா, பத்மபிரியா, லட்சுமி, ஸ்ரீகாந்த் ஆகியோர் நடித்துள்ளனர். எம்.எஸ்.விஸ்வநாதன் இசை யமைத்துள்ளார்.

கலைஞரின் கலைவாரிசான மு.க.முத்து பிள்ளையோ பிள்ளை, பூக்காரி, அணையாவிளக்கு, சமையல்காரன் ஆகிய வெகு சில படங்களில் மட்டுமே நடித்தார். அவருக்கு சினிமாவும் அரசியலும் ஒத்து வரவில்லை.

வண்டிக்காரன் மகன் (30.10.1978)

வண்டிக்காரன் மகன் அறிஞர் அண்ணாவின் சிந்தையில் உருவாகிய கதை. இக்கதைக்கு கலைஞர் திரைக்கதை, வசனம் எழுதினார். அமிர்தம் இயக்கத்தில் பூம்புகார் புரொடக்சன்ஸ் இப்படத்தை தயாரித்து வெளியிட்டது.

இப்படத்தில் ஜெய்சங்கர், ஜெயசித்ரா கதாநாயக, நாயகியராக வலம் வந்தனர். காஞ்சி இதழில் வெளிவந்த அண்ணாவின் சிறுகதையை கருணாநிதி திரைக்கு ஏற்ற முறையில் தேவையான மாற்றங்களைச் செய்து அதற்கேற்ற வசனங்களை எழுதியுள்ளார்.

கவிஞர் வாலி, 'ஒரு நாடகம் நடக்குது நாட்டிலே...' என்று அன்றைய அரசியல் சூழ்நிலைக்கு ஏற்ப பாடல் எழுதியிருந்தார். அச்சமயம் எம்.ஜி.ஆர். ஆட்சியில் இருந்தார். கருணாநிதி எதிர்க்கட்சியில் இருந்தார்.

எம்.எஸ். விஸ்வநாதனின் இசையமைப்பில் 'மேடையில் ஆடிடும் மெல்லிய பூங்காற்றே' பாடல் ஹிட்டானது.

நெஞ்சுக்கு நீதி (27.04.1979)

'நெஞ்சுக்கு நீதி' என்ற பெயரில் கலைஞர் தன் வாழ்க்கை வரலாற்றை எழுதிய நூல் பாராட்டுகளை பெற்ற நூல். 1979 ஆம் ஆண்டில் நெஞ்சுக்கு நீதி என்ற பெயரிலேயே திரைப் படமும் வந்தது.

கலைஞரின் கதை, திரைக்கதை, வசனத்தில் உருவான இப்படத்தை கிருஷ்ணன் - பஞ்சு இயக்க, சிவலீலா சினி ஆர்ட்ஸ் தயாரித்தது.

இப்படத்தில் ஜெய்சங்கர், சங்கீதா நடித்துள்ளனர். சங்கர் கணேஷ் இசைமையப்பில் டி.எம்.சவுந்தராஜன் பாடிய 'நெஞ்சுக்கு நீதியும்' பாடலை கலைஞர் எழுதியிருந்தார்.

ஆடு பாம்பே (30.06.1979)

பொதுவுடைமை சிந்தனையும் சமூக அவலங்களும் தூக்கலாக எழுதப்பட்ட கலைஞரின் திரைப்படங்களில் ஒன்று இது.

பூம்புகார் புரொடக்ஷன்ஸ் தயாரிக்க, பி. அமிர்தம் இயக்க, கலைஞர் கதை, திரைக்கதை, வசனம் எழுதியிருந்தார். இப்படத்தில் ஜெய்சங்கர், சுமித்ரா உள்ளிட்ட பலர் நடித்திருந்தனர்.

அப்போது நடந்த ஒரு உண்மைச் சம்பவத்தின் அடிப்படையில் அப்போதைய அரசியல் நிலவரங்களையும் சேர்த்து உருவாக்கிய படம்தான் ஆடு பாம்பே. சங்கர் கணேஷ் இப்படத்திற்கு இசை யமைத்திருந்தார்.

காலம் பதில் சொல்லும் (07.03.1980)

எம்.ஜி.ஆரும், சிவாஜியும் ஏராளமான படங்களில் கலைஞரின் கதை வசனத்தில் நடித்து புகழ் பெற்றிருக்கின்றனர். இருவர் மீதும் கலைஞர் மாறாப் பற்றும் அன்பும் உடையவர். இவர்கள் இருவருக்குப் பிறகு கலைஞரின் வசனங்களுக்கு உயிர் கொடுத்த கதாநாயகனாக ஜெய்சங்கர் விளங்கியுள்ளார்.

இப்படத்தில் ஜெய்சங்கரும் மஞ்சுளாவும் கதாநாயக, நாயகியராக நடித்துள்ளனர்.

டி.அமிர்தம் இயக்கத்தில் எம்.எஸ். விஸ்வநாதன் இசையமைப்பில் கருணாநிதியின் கதை, திரைக்கதை, வசனத்தில் வெளிவந்த இப்படம் சிறப்பாக பேசப்பட்டது.

குலக்கொழுந்து (23.01.1981)

குடும்பப் பின்னணியில் கலைஞர் கருணாநிதி கதை, திரைக்கதை, வசனத்தில் வெளியான படம் குலக்கொழுந்து.

டி.ஆர்.ராமண்ணா இயக்கத்தில் எம்.எஸ்.விஸ்வநாதன் இசையமைப்பில் ஈவியார் பிக்சர்ஸ் தயாரிப்பில் வெளிவந்த இப்படத்தில் ஜெய்சங்கர், ஸ்ரீபிரியா ஆகியோர் நடித்துள்ளனர்.

எம்.ஜி.ஆர் ஆட்சியின் அவலங்களைப் பற்றிப் பேசும் கதையமைப்பும் கொண்ட படத்தில் நடித்ததின் மூலம் ஜெய்சங்கர் புகழ் பெற்ற படம் இது.

மாடி வீட்டு ஏழை (22.08.1981)

கலைஞர் கருணாநிதி நீண்ட இடைவெளிக்குப் பின் தனது நண்பர் சிவாஜி கணேசனுடன் கரம் கோர்த்த திரைப்படம் இது.

அமிர்தம் இயக்கத்தில் பூம்புகார் பிக்சர்ஸ் தயாரித்த இப்படத்தில் சிவாஜி கதாநாயகனாகவும், அவருக்கு ஜோடியாக ஸ்ரீபிரியாவும் நடித்தனர்.

கருப்பு பணத்தால் கஜானாவை நிரப்பி விட்டு அப்புறம் என் கை கறை படியாத கையின்னு சொன்னா கேவலமா இல்லை என்று எம்.ஜி.ஆரை விமர்சனம் செய்யும் வகையில் இப்படத்தில் கருணாநிதியின் விமர்சனங்கள் இருந்தன.

எம்.எஸ்.விஸ்வநாதன் இப்படத்திற்கு சிறப்பாக இசை அமைத்திருந்தார்.

இது எங்க நாடு (12.09.1983)

கலைஞரின் எழுத்தாலும் பேச்சாலும் ஈர்க்கப்பட்டு திரை யுலகுக்கு வந்த இராம நாராயணன் இயக்கத்தில் வெளிவந்த படம் 'இது எங்க நாடு.'

விஜயகாந்த், சுலக்சனா நடிப்பில் கலைஞரின் கதை, வசனத்தில் வந்த இத்திரைப்படம் கலை எழில் கம்பைன்ஸ் தயாரிப்பில் வெளிவந்தது.

குடும்ப கதை பின்னணியுடன் கதையை அமைத்திருந்த கலைஞர் வழக்கமான தனது வசன முத்திரையையும் பதித்திருந்தார்.

எம்.எஸ்.விஸ்வநாதன் இசையமைப்பில் வந்த இப்படம் தான் கலைஞரின் கதை, வசனத்தில் விஜய்காந்த் நடித்த முதல் படம் ஆகும்.

திருட்டு ராஜாக்கள் (02.03.1984)

கலைஞரின் உணர்ச்சிகரமான வசனங்களை உணர்ச்சிக் கொந்தளிப்பாக பேசி பாராட்டுகளைப் பெற்ற நடிகர் சந்திரசேகர் இதன் பிறகு தி.மு.க.வில் தன்னை இணைத்துக் கொண்டார்.

இராம நாராயணன் இயக்கத்தில் சங்கர் கணேஷ் இசையமைப்பில் கருணாநிதியின் கதை வசனத்தில் பூம்புகார் புரொடக்ஷன்ஸ் இப்படத்தை தயாரித்திருந்தது.

சுரேஷ் ரோகினி நடித்திருந்தனர். 'துணிந்தவனுக்கு தூக்கு மேடை பஞ்சு மெத்தை. அரசனை மட்டுமல்ல ஆண்டவனையும் எதிர்க்கத் துணிந்து விட்டார்கள் மக்கள்' என்பது போன்ற அனல் பறக்கும் கலைஞர் வசனங்களை நடிகர் சந்திரசேகர் அற்புதமாக பேசி நடித்திருந்தார்.

காவல் கைதிகள் (26.05.1984)

'ஒரு தலை ராகம்' படம் மூலம் பிரபலமான நடிகர் ரவீந்தர் கதாநாயகனாகவும், சசிகலா அவரது ஜோடியாகவும் இப்படத்தில் நடித்துள்ளனர்.

ராதாரவி இப்படத்தில் கலைஞரின் வசனங்களை அற்புதமாக பேசி நடித்துள்ளார்.

இராம நாராயணன் இயக்கத்தில் பூம்புகார் புரொடக்‌ஷன்ஸ் தயாரிப்பில் வந்த இப்படத்தின் கதை, வசனத்தை கலைஞர் எழுதியிருந்தார். சங்கர் கணேஷ் இசையமைத்திருந்தார்.

குற்றவாளிகள் (12.10.1985)

பூம்புகார் புரொடக்‌ஷன்ஸ் தயாரிப்பில் இராம நாராயணன் இயக்கத்தில் உருவான படம் குற்றவாளிகள்.

கோழி கூவுது படத்தில் அறிமுகமான விஜி, ரவீந்தர் நடிப்பில் கலைஞரின் கதை வசனத்தில் வெளி வந்த படம் இது. சங்கர் கணேஷ் இசையமைத்திருந்தார்.

காகித ஓடம் (13.02.1986)

இளவரசன், நளினி ஆகியோர் நடிப்பில் உருவான படம் இது. இராம நாராயணன் இயக்கத்தில் கருணாநிதி இப்படத்திற்கான கதை வசனத்தை எழுதியிருந்தார்.

பூம்புகார் புரொடக்ஷன்ஸ் தயாரிப்பில் வெளிவந்த இப்படத்திற்கு சங்கர் கணேஷ் இசையமைத்திருந்தார்.

பாலைவன ரோஜாக்கள் (01.11.1986)

இப்படத்தை மணிவண்ணன் சிறப்பாக இயக்கி இருந்தார். இளையராஜா இசையமைத்திருந்தார். பூம்புகார் புரொடக்ஷன்ஸ் இப்படத்தை தயாரித்தது.

சத்யராஜ், பிரபு, நளினி ஆகியோர் நடித்திருந்தனர்.

'தேனீக்களைப் பார்த்து சம்பாதிக்கறது எப்படினு கத்துக்கறான் வியாபாரி. மலருக்கு மலர் தாவறது எப்படினு கத்துக்கறான் காமுகன். உரிமைகளை பறிக்கறவங்களை ஒண்ணாக் கூடி எதிர்ப்பது எப்படினு கத்துக்கறான் லட்சியவாதி' என்பது போன்ற கலைஞரின் வசனங்கள் படம் முழுவதும் ஆக்கிரமித்தது.

படைப்பு ரீதியாகவும், வணிக ரீதியாகவும் கலைஞருக்கு கை கொடுத்தது பாலைவன ரோஜாக்கள் திரைப்படம்.

நீதிக்கு தண்டனை (23.04.1987)

மக்கள் விழித்துக் கொண்டால் எந்த சர்வாதிகாரமும் தூள் தூளாகிவிடும் என்கிற கருத்தை அழுத்தம் திருத்தமாக சொல்லப் பட்ட படத்துக்கு கலைஞரின் வசனங்கள் தீப்பிழம்பாக வெளி வந்தது.

ஒரு உண்மை சம்பவத்தை மையமாக வைத்து ஷோபா சந்திர சேகர் எழுதிய கதைக்கு கலைஞர் எழுதிய வசனங்கள் மிகப்பெரிய அதிர்வலைகளையும் சென்சார் கெடுபிடிகளையும் ஏற்படுத்தியது.

எஸ்.ஏ. சந்திரசேகர் இயக்கத்தில் நிழல்கள் ரவி, ராதிகா, நடிக்க எம்.எஸ். விஸ்வநாதன் இசையமைப்பில் லலிதாஞ்சலி லைன் ஆர்ட்ஸ் இப்படத்தை தயாரித்தது.

ஒரே ரத்தம் (08.05.1987)

கலைஞரின் கதை வசனத்தில் வெளிவந்த 'ஒரே ரத்தம்' படத்தில் சாதியக் கொடுமைகளுக்கு எதிராகப் போராடும் நாயகனாக ஸ்டாலின் நடித்திருந்தார்.

இந்தப் படத்தில் நந்தகுமார் என்ற புரட்சிகரமான இளைஞன் கதாபாத்திரம் ஏற்று நடித்தார் ஸ்டாலின்.

'ஒரு போராளியின் பயணமிது. அவன் போராடிப் பெற்ற பரிசு இது' என்ற கலைஞர் எழுதியிருந்த பாடல் நந்தகுமார் உயிர் விடும் காட்சி யில் தொண்டர்கள் கண்ணீர் வடித்தார்களாம்.

முரசு மூவிஸ் தயாரிப்பில், சொர்ணம் இயக்கத்தில் தேவேந்திரன் இசையில் கார்த்திக், ஸ்டாலின், சீதா ஆகியோர் சிறப்பாக நடித்திருந் தனர்.

வீரன் வேலுத்தம்பி (12.06.1987)

இராம நாராயணனின் 50வது படமாக வெளிவந்தது தான் வீரன் வேலுத்தம்பி படம். ஸ்ரீதேனாண்டாள் பிலிம்ஸ் தயாரிப்பில் கலைஞரின் கதை வசனம் பாடலில் எஸ்.ஏ.ராஜ்குமார் இசை யமைத்திருந்தார். விஜயகாந்த், கார்த்திக், விஜி ஆகியோர் சிறப்பாக நடித்திருந்தனர்.

இந்தப் படத்தில் விஜயகாந்த், அம்பிகா, ரேகா, விஜி, கார்த்திக், ஏவிஎம் ராஜன், விஜயன், மாதுரி, சந்திரசேகர், சத்யா என ஒரு பெரிய பட்டாளமே அணிவகுத்து இருந்தது.

'சுருளு மீசைக்காரன்டி வேலுத்தம்பி' என்ற பாடலை கலைஞர் எழுதியிருந்தார். இப்படத்திற்கான கதை வசனத்தை கலைஞர் சிறையில் இருந்த நாட்களில் எழுதிக் கொடுத்தார்.

சட்டமொரு விளையாட்டு

நடிகர் விஜய்யின் தந்தையும் இயக்குநருமான எஸ்.ஏ. சந்திர சேகரின் இயக்கத்தில் விஜயகாந்த், ராதா நடிக்க கலைஞரின் கதை வசனத்தில் வெளிவந்த மற்றொரு படம் இது.

இலங்கைப் பிரச்சனை தொடர்பாக சிறையில் இருந்த காலத்தில் கலைஞர் சிறையில் இருந்தபடியே எழுதிக் கொடுத்த கதை இது.

வி.வி.கிரியேஷன்ஸ் சார்பில் ஷோபா சந்திரசேகர் இப்படத்தை தயாரித்து இருந்தார்.

ரவிச்சந்திரன், கமலா காமேஷ், ஸ்ரீவித்யா ஆகியோர் முக்கிய கதாபாத்திரத்தில் நடித்திருந்தனர். சங்கர் கணேஷ் இப்படத்திற்கு இசையமைத்திருந்தார்.

புயல் பாடும் பாட்டு (12.12.1987)

மணிவண்ணன் இயக்கத்தில் கலைஞரின் கதை, திரைக்கதை, வசனத்தில் வெளிவந்த மற்றுமொரு வெற்றிச் சித்திரம் இது. இப்படத் திற்கு இளையராஜா இசையமைத் திருந்தார். முரளி, ராதிகா, ரகுவரன் ஆகியோர் சிறப்பாக நடித்திருந் தனர்.

போதையில் புதையும் மாணவர் களை மீட்டெடுக்கும் முயற்சியாக இந்தப் படம் இருந்தது. மாணவ சமுதாயம் சீரழிவதை தாங்காது தனது ஆதங்கத்தை தனது நெருப்பு வசனங்களால் இப்படத்தை நிரப்பி இருந்தார் கலைஞர்.

பூம்புகார் பிக்சர்ஸ் இப்படத்தை தயாரித்திருந்தது.

மக்கள் ஆணையிட்டால் (19.01.1988)

கலைஞரின் கதை வசனத்தில் ஒரே ரத்தம் படத்திற்கு பிறகு மு.க. ஸ்டாலின் நடித்த படம் இது.

இராமநாராயணனின் இயக்கத்தில் ஸ்ரீ தேனாண்டாள் பிலிம்ஸ் தயாரித்திருந்தது. மு.க. ஸ்டாலின் கதாநாயகன் விஜயகாந்துடன் இணைந்து நடித்த படம் இது.

'ஆற அமர கொஞ்சம் யோசிச்சுப் பாரு அடுத்து வரும் தலை முறையைச் சிந்திச்சுப் பாரு' என்ற பாடலை கலைஞர் எழுத மு.க. ஸ்டாலின் படத்தில் தோன்றி பாடும் பாட்டு இது. தி.மு.க.வின் தேர்தல் பிரச்சாரப் பாடலாக அமைந்தது. சங்கர் கணேஷ் இப்படத் திற்கு இசையமைத்திருந்தார்.

பாசப் பறவைகள் (29.04.1988)

பாசப் பறவைகள் படம் முற்றிலும் குடும்பப் பாணியில் அண்ணன் தங்கை பாசக் கதையாகப் படைத்திருந்தார் கலைஞர்.

இந்தப் படத்தில் பராசக்தியில் வருவதுபோல் ஒரு நீதிமன்றக் காட்சியில் பத்து பக்கங்கள் அளவுக்கு வசனங்களை வழக்கறிஞரான ராதிகா வாதாடுவதுபோல எழுதியிருந்தார். ராதிகாவும் சிறப்பாக ஒரே டேக்கில் அந்த வசனத்தைப் பேசி நடித்திருந்தார்.

ரத்த உறவுகளுக்கு இடையே இருக்க வேண்டிய அன்பின் அவசியத்தையும், பாச உறவையும் சொல்லும் இந்தக் குடும்ப காவியத்தில் சிவக்குமார், மோகன், லட்சுமி, ராதிகா ஆகியோர் சிறப்பாக நடித்துள்ளனர்.

இளையராஜா இசையமைப்பில் வி.எம்.சி. ஹனிபா இயக்கத்தில் பூம்புகார் புரொடக்ஷன்ஸ் இப்படத்தை தயாரித்திருந்தது.

இது எங்கள் நீதி (12.02.1988)

எஸ்.ஏ. சந்திரசேகர் தனக்கே உரித்தான சட்ட விளையாட்டு களின் பாணியுடன் இயக்க தனக்கே உரித்தான அரசியல் நையாண்டி யுடன் கலைஞரின் திரைக்கதை வசனமும் கூட்டணி சேர்க்க உருவான படம் இது.

லலிதாஞ்சலி ஃபைன் ஆர்ட்ஸ் தயாரிப்பில் இளையராஜா இசை யமைத்திருந்தார். நிழல்கள் ரவி, ராதிகா ஆகியோர் நடித்த அரசியல் சரவெடி வசனங்கள் நிறைந்த படமாக ஜெயலலிதாவின் அரசியலை கிண்டல் செய்து படக் காட்சிகளும், வசனங்களும் அமைந் திருந்தன.

பாடாத தேனீக்கள் (08.11.1989)

இந்தப் படம் திரைக்கு வரத் தயாராக இருந்த சமயத்தில் தமிழகத்தில் அதிரடி அரசியல் மாற்றம் ஏற்பட்டு மீண்டும் அரியணையில் அமர்ந்தார் கலைஞர். 1989 ஆம் ஆண்டில் கலைஞர் மீண்டும் ஆட்சிக்கு வந்ததை காட்டும் காட்சிகள் படம் தொடங்கும் முன் காட்டப்பட்டன.

பூம்புகார் புரொடக்ஷன்ஸ் தயாரிக்க வி.எம்.சி. ஹனிபா இயக்கத்தில் சிவக்குமார், சந்திரசேகர், ராதிகா ஆகிய நடிக்க கலைஞரின் கைவண்ணத்தில் உருவான இப்படம் வெளிவந்தது.

இளையராஜா இப்படத்திற்கு இசையமைத்திருந்தார்.

தென்றல் சுடும் (10.03.1989)

பெண்ணுலகம் பெருமையுடன் போற்றும் ஒரு பெண்ணை 'தென்றல் சுடும்' படத்தில் படைத்திருந்தார் கலைஞர்.

சொத்துக்கு ஆசைப்பட்ட நிழல்கள் ரவி, திருமணமாகி இரண்டு குழந்தைகளுக்கும் தாயான ராதிகாவை ஆசை காட்டி திருமணம் செய்து பிறகு அவளை முதலைக்கு இறையாக்க முயற்சிக்கிறார். தர்மம் வெல்லும் என்கிற கருத்தின் படி முதலையிடமிருந்து மீண்டு வரும் ராதிகா அகோரமான முகத்தை சரி செய்து, கணவனை மயக்கி பழி வாங்குவதுதான் படத்தின் கதை.

'ரிட்டர்ன் டூ ஈடன்' என்ற ஆங்கிலப் படத்தை தழுவி இந்தியில் எடுக்கப்பட்ட 'கூன் பரிமாங்' என்ற படத்தை தமிழுக்கு தகுந்த மாதிரி கலைஞர் மாற்றி எழுதியிருந்தார்.

மனோபாலா இயக்கத்தில் இளையராஜா இசையில் ஜி.பி. ஆர்ட் கம்பைன்ஸ் இப்படத்தை தயாரித்து வெளியிட்டது.

பொறுத்தது போதும் (15.07.1989)

பி. கலைமணி இயக்கத்தில் இளையராஜா இசையில் விஜயகாந்த், நிரோஷா இப்படத்தில் நடித்திருந்தனர்.

கலைஞர் திரைக்கதை, வசனம் எழுத கமலசித்திரம் தயாரிப்பில் இப்படம் உருவானது. ஜெய்சங்கர், ஸ்ரீவித்யா, கமலா காமேஷ் முக்கிய கதாபாத்திரங்களில் வந்தனர்.

பழி தீர்க்கும் இக்கதையில் காதல், தாய்பாசம், லட்சியம் இவற்றுக்கிடையே கலைஞரின் வசனங்களை உணர்ச்சிகரமாகப் பேசி நடித்திருந்தார் விஜயகாந்த்.

நியாயத் தராசு (11.08.1989)

சிறப்பான பல திரைப்படங்களுக்கு கதை, வசனம் எழுதிய கே.ராஜேஷ்வர் இயக்கிய முதல் படம் இது.

எம்.டி.வாசுதேவ நாயரின் கதையை தமிழுக்கு ஏற்றபடி சில மாற்றங்களை செய்து அதற்கு ஏற்ற அனல் பறக்கும் வசனங்களை உருவாக்கியிருந்தார் கலைஞர்.

மேனகா பிக்சர்ஸ் தயாரிப்பில் சங்கர் கணேஷ் இசையமைப்பில் நிழல்கள் ரவி, ராதா, மு.க.முத்து ஆகியோர் நடித்திருந்தனர்.

பாச மழை (28.10.1989)

பூம்புகார் புரொடக்ஷன்ஸ் 1989இல் வெளிவந்த பாசமழை படத்தில் மோகன், ராதிகா, ஊர்வசி, சந்திரசேகர் ஆகியோர் நடித்திருந்தனர்.

வி.எம்.சி. ஹனிபா இப்படத்தை இயக்கியிருந்தார். இளையராஜா இசையமைத்திருந்தார். கதை, திரைக்கதை, வசனம் கலைஞர்.

பெண்களை காமப் பதுமைகளாக மட்டுமே நினைத்து அவர்களின் வாழ்க்கையில் விளையாடும் பொறுப்பற்ற ஆண்களால் அவர்கள் படும் துயரம் இனியும் தொடரக்கூடாது என்பதற்காகவே பாச மழை என்ற திரைக்காவியத்தைப் படைத்தார் கலைஞர்.

காவலுக்கு கெட்டிக்காரன் (14.01.1990)

முதன் முறையாக சிவாஜியின் மகன் பிரபுவுக்காக கலைஞர் எழுதிய கதை இது. 'என் சிந்தைக்கினிய தமிழால் பிரபுவின் தந்தைக்கும் வசனம் எழுதினேன். இப்போது தம்பி பிரபுவுக்கும் எழுதியிருக்கிறேன். இதில் ஒரு புதிய பாத்திரம் ஏற்று தம்பி பிரபு நடித்திருக்கிறார்' என்று திரையில் தோன்றி முன் விளக்கம் கொடுத்தார் கலைஞர்.

திரைக்கூடம் தயாரிப்பில், சந்தான பாரதி உருவாக்கத்தில், இளையராஜா இசையமைப்பில், பிரபு, நிரோஷா நடித்த படம் இது. ராஜேஷ், நாசர், வி.கே. ராமசாமி, மனோரமா, வெ.ஆ. மூர்த்தி ஆகியோர் இப்படத்தில் நடித்திருந்தனர்.

மதுரை மீனாட்சி (24.02.1993)

பூமாலை புரொடக்ஷன்ஸ் தயாரிப்பில் பி.அமிர்தம் இயக்கத்தில் கலைஞரின் கதை, திரைக்கதை, வசனத்தில் வெளிவந்தது இத் திரைப்படம். தேவா இசையமைக்க, செல்வா, ரஞ்சிதா நடித்திருந் தனர்.

கால மாற்றத்துக்கு ஏற்ப எளிய நடையில் நச்சென்று நாலே வரியில் துண்டு துண்டாக வசனம் எழுதினார்.

இது பக்தி படமா என்று கேட்டவர்க்கு, 'ஆமாம் இது பக்திப் படம் தான். நாட்டின் மீது பக்தி கொண்ட படம், தமிழ் மொழி மீது பக்தி கொண்ட படம், தமிழ்நாட்டின் மீது பக்தி கொண்ட படம்' என்று விளக்கம் தந்தார் கலைஞர்.

புதிய பராசக்தி (22.03.1996)

போராடி அழிக்க முடியாதவர்கள் பாராட்டியே கழுத்தறுப் பார்கள்' என்ற உன்னதமான ஒற்றை வரியை மையப் புள்ளியாக வைத்து பின்னப்பட்ட கதைதான் புதிய பராசக்தி.

அனிதா பிலிம்ஸ் தயாரிப்பில் தேவாவின் இன்னிசையில், கௌரி ராஜன் இயக்கத்தில் செல்வா, சுகன்யா நடித்த படம் இது.

'மனிதர்களே..... ஒரு புரட்சி புயல் வந்து புதுயுகம் படைக்க வாருங்களேன்' என்ற உணர்ச்சிகரமான பாடலை கலைஞரின் மகள் கனிமொழி இப்படத்துக்கு எழுதியிருந்தார்.

கண்ணம்மா (04.02.2005)

1996இல் புதிய பராசக்தி படத்துக்கு எழுதிய கலைஞர் அதற்குப் பிறகு பத்து வருட இடைவெளி விட்டு 'கண்ணம்மா' படத்துக்கு எழுதினார்.

பாபா சினி பிலிம்ஸ் இப்படத்தை தயாரித்தது. பாபா விக்ரம் இயக்கத்தின் எஸ்.ஏ. ராஜ்குமார் இசையமைப்பில் பிரேம், மீனா, விந்தியா, போஸ் வெங்கட் ஆகியோர் நடித்த படம் இது.

கலைஞர் கதை வசனத்தில் உருவான இக்குடும்பக் கதையிலும் வசன வாளை எடுத்து சுழற்றியிருந்தார்.

மண்ணின் மைந்தன் (04.03.2005)

சத்யராஜ் பாலைவன ரோஜாக்களுக்குப் பின் கலைஞனின் கதை வசனத்தில் நடித்த படம் இது. அழகர் ஃபிலிம்ஸ் தயாரிக்க இராம நாராயணன் இயக்கியிருந்தார். பரத்வாஜ் இசையில் பாடல்கள் அருமையாக வெளிவந்திருந்தன.

சத்யராஜ், சிபிராஜ், சுகா ஆகியோர் நடித்திருந்தனர். சத்யராஜூம், சிபிராஜூம் படம் முழுக்க செய்த அலப்பறையும், கேலியும் கிண்டலுமான வசனங்கள் ரசிக்கத் தக்கவையாக இருந்தன.

பாசக் கிளிகள் (15.01.2006)

வித்யா சாகரின் இசையில் பி. அமிர்தம் இயக்கத்தில் அஞ்சுகம் கலைக்கூடம் இந்தப் படத்தை வெளியிட்டது. கலைஞரின் கதை, திரைக்கதை, வசனத்தில் உருவான இப்படத்தில் பிரபு, நவ்யா நாயர் நடித்துள்ளனர்.

தங்கை மீது பாசம் காட்டும் அண்ணனாக பிரபு இப்படத்தில் நடித்திருந்தார். நவ்யா நாயர் தங்கையாகவும், பகையுடன் மோதும் வில்லனாக நாசரும், அவரது தங்கையாக ரோஜாவும் நடித்தனர்.

இப்படத்திற்கு கலைஞர் மூன்று பாடல்களையும் எழுதியிருந்தார்.

மனோரமா, வடிவேலு நகைச்சுவைக் காட்சிகளை கலக்கி யிருந்தனர். முக்கிய கதாபாத்திரங்களில் முரளி, வினித், மாளவிகா போன்றோரும் நடித்துள்ளனர்.

'மானம் என்பது நான் கேட்ட தாலாட்டு மரணம் என்பது நான் ஆடிய விளையாட்டு' என்பது போன்ற நறுக்கு தெறித்த கலைஞரின் வசனங்கள் படத்தை நிமிரச் செய்தது.

உளியின் ஓசை (04.07.2008)

சரித்திரப் பின்னணியில் கலைஞர் எழுதிய சாரப்பள்ளம் சாமுண்டி என்ற வரலாற்று நாவலை கலைஞர் முதலமைச்சராக அமர்ந்திருந்த காலத்தில் படமாக எடுக்கப்பட்டது.

சிற்பி ஒருவனுக்கும், நடனப் பெண்மணி ஒருத்திக்கும் இடையே உள்ள காதலை இப்படத்தில் கவித்துவமாக வடித்திருந்தார்.

நந்தினி ஆர்ட்ஸ் தயாரிப்பில் இளவேனில் இயக்க, இளையராஜா இசையமைக்க, வினித், கீர்த்தி சாலா, அக்சயா ஆகியோர் நடித்திருந்தனர்.

இவர்களுடன் மனோரமா, சரத்பாபு, தலைவாசல் விஜய், கோவை சரளா, சுஜா ஆகியோரும் இந்த அற்புதமான சரித்திரப் படத்தில் நடித்துள்ளனர்.

பெண் சிங்கம் (03.06.2010)

கலைஞர் கருணாநிதி எழுதிய 'சுருளிமலை' என்ற கதைதான் பெண் சிங்கம் என்ற பெயரில் திரைப்பட மானது. தமது 87 வயதில் அன்றைய சினிமா டிரெண்டுக்கு ஏற்ப வசனங் களை எழுதியிருந்தார் கலைஞர்.

இதில் கதையின் நாயகனாக உதய் கிரணும், நாயகியாக மீரா ஜாஸ் மினும் நடித்திருந்தனர். ராகவா லாரன்ஸ், லட்சுமிராய் இருவரும் ஒரு குத்துப் பாடலுக்கு வந்து ஆடினார் கள். இவர்கள் நீங்களாக ரம்பா, ஜே.கே. ரித்தீஷ், ராதா ரவி, விவேக், ரோகினி, தலைவாசல் விஜய் ஆகியோர் நடித்திருந்தனர்.

தேனிசைத் தென்றல் தேவா இசையில் அறிமுக இயக்குனர் பாலி ஸ்ரீரங்கம் இயக்கினார்.

பெண்ணுரிமைக்கான போராட்டத்தைச் சொல்லும் இப்படத்தில் 'வீணையில் எழுவது வேணுகானமா... திருவாவடுதுறையின் தோடி ராகமா...' என்ற பாடலையும் எழுதியிருந்தார் கலைஞர்.

இளைஞன் (14.01.2011)

இளம் தலைமுறைக் கவிஞர் பாடலாசிரியர் பா. விஜய் மீது கொண்டிருந்த பற்றுதலால் அவருக்காக கலைஞர் கதை, திரைக் கதை, வசனம் எழுதிக் கொடுத்த படம் இளைஞன்.

இயக்குனர் சுரேஷ் கிருஷ்ணாவின் இயக்கத்தில் வித்யாசாகர் இசையமைப்பில் பா. விஜய், நமீதா, குஷ்பு நடித்திருந்தனர்.

புரட்சி இளைஞன் பா. விஜய்க்கு ஜோடியாக ரம்யா நம்பீசன் நடித்தார். தாயாக குஷ்புவும், வில்லியாக நமீதாவும் கலக்கி இருந்தனர்.

மணிவண்ணன், சுமன், நாசர், மீரா ஜாஸ்மின், வடிவேலு, டெல்லி கணேஷ் ஆகியோர் முக்கிய வேடத்தில் நடித்திருந்தனர். இப் படத்தை மார்ட்டின் தயாரித்திருந்தார்.

பொன்னர் சங்கர் (09.04.2011)

1980ஆம் ஆண்டில் குங்குமம் இதழில் தொடர்கதையாக எழுதி வாசகர்களின் பாராட்டுகளைப் பெற்றதுதான் பொன்னர் சங்கர் வரலாற்றுத் திரைப்படமாக உருவாக்கப்பட்டது.

பொன்னர் - சங்கர் என இரட்டைக் குதிரையில் சவாரி செய்யும் நாயகனாக பிரசாந்த் அந்தக் கொங்குச் சீமை சகோதரர்களை கண்முன்னே கொண்டு வந்து நிறுத்தினார்.

பூஜா சோப்ரா, திவ்யா பரமேஸ்வரன், ராஜ்கிரண், நெப்போலியன், பிரகாஷ்ராஜ், பிரபு, ஜெயராம், குஷ்பூ ஆகியோரும் இப்படத்தில் திறம்பட நடித்திருந்தனர்.

இது கலைஞரின் கைவண்ணத்தில் உருவான கடைசி படம். கடைசி வரையிலும் கற்பனை வறட்சி என்பதே இல்லாது காலத்துக்கு ஏற்ப கதை, வசனங்களை உருவாக்கித் தந்தவர் கலைஞர்.

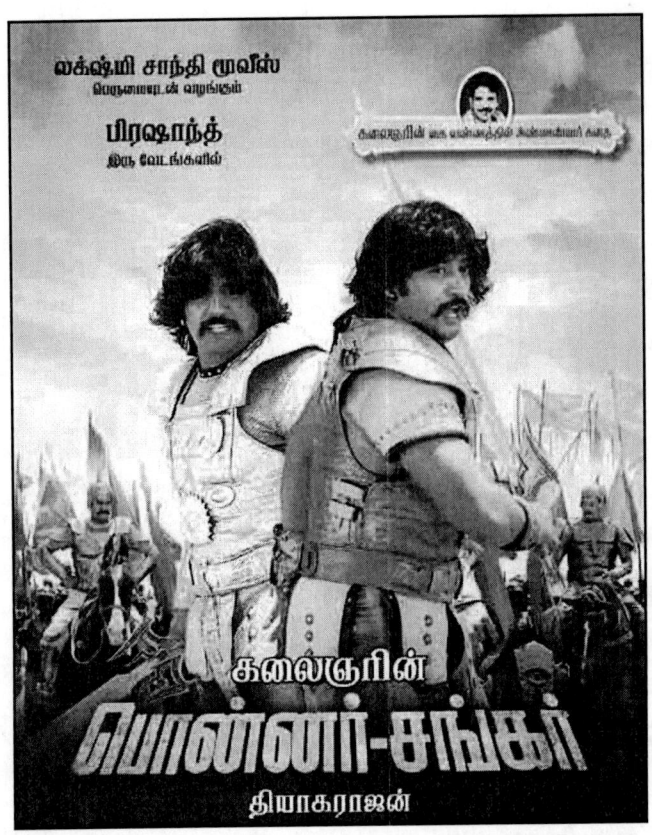

இப்படத்தை நடிகர் தியாகராஜன் இயக்க, இளையராஜா இசை யமைக்க, லட்சுமி சாந்தி மூவிஸ் தயாரித்து வெளியிட்டது.

குருவின் சபதத்தையும், அன்னையின் சபதத்தையும் ஒரு சேர நிறைவேற்றும் இரட்டை சகோதரர்கள் பற்றிய இந்த சரித்திரக் கதைக்கு வரலாற்று பின்னணி சேர்த்து இலக்கியச் சாறு பிழிந்து அழகு தமிழில் அசத்தலான வசனங்களுடன் பாடலும் எழுதியிருந் தார்.

மூன்று தலைமுறை ரசிகர்களும் ரசிக்கும்படியாக கலைஞரின் கை வண்ணத்தில் உருவான படம் இது.

கலைஞரின் நாடகங்கள்

- சாந்தா (அ) பழனியப்பன் - 1943
- நச்சுக்கோப்பை - 1943
- மகான் பெற்ற மகன் (அம்மையப்பன்) - 1953
- மணிமகுடம் - 1956
- தூக்குமேடை - 1951
- உதயசூரியன் - 1959
- ஒரே முத்தம் - 1964
- திருவாளர் தேசியம்பிள்ளை - 1967
- சிலப்பதிகார நாடகக் காப்பியம் - 1967
- பரதாயணம் - 1978
- புனித இராஜ்யம் - 1979
- நான்மணிமாலை
- காகிதப்பூ - 1966
- பரப்பிரம்மம் - 1953
- நானே அறிவாளி - 1971
- அனார்கலி - 1967
- சாக்ரடீஸ் - 1967
- உன்னைத்தான் தம்பி
- சேரன் செங்குட்டுவன் - 1978